KINH
DUY-MA-CẬT

KINH DUY-MA-CẬT
NGUYỄN MINH TIẾN
dịch và chú giải

Bản quyền tác phẩm Việt dịch thuộc về dịch giả và Nhà xuất bản Liên Phật Hội (United Buddhist Publisher).

Copyright © 2019 by United Buddhist Publisher
ISBN-13: 978-1-0919-1328-8
ISBN-10: 1-0919-1328-5

© All rights reserved. No part of this book may be reproduced by any means without prior written permission from the publisher.

NGUYỄN MINH TIẾN
dịch và chú giải

KINH
DUY-MA-CẬT

DUY-MA-CẬT SỞ THUYẾT KINH

UNITED BUDDHIST PUBLISHER
NHÀ XUẤT BẢN LIÊN PHẬT HỘI

KINH DUY-MA-CẬT[1]
QUYỂN THƯỢNG

PHẨM THỨ NHẤT
CÕI PHẬT

Tôi nghe như thế này:[2] Một thuở nọ, đức Phật ngự tại thành Tỳ-da-ly, trong vườn cây Am-la với chúng đại tỳ-kheo là tám ngàn người, Bồ Tát là ba mươi hai ngàn vị mà ai ai cũng biết đến, đều đã thành tựu về đại trí và bổn hạnh.

---

[1] Duy-ma-cật Sở Thuyết Kinh (Sanskrit: **Vimalakīrtinirdeśa-sūtra**) thường được gọi tắt là Duy-ma-cật kinh hoặc Duy-ma kinh. Ngày nay không còn nguyên bản Phạn ngữ (Sanskrit) mà chỉ còn lại các bản chữ Hán. Có nhiều bản dịch chữ Hán, trong đó ba bản thường được nhắc đến nhiều nhất là:
1. Phật thuyết Duy-ma-cật kinh (佛說維摩詰經), 2 quyển, do ngài Chi Khiêm dịch vào thời Tam quốc (223-253).
2. Duy-ma-cật sở thuyết kinh (維摩詰所說經) 3 quyển, do ngài Cưu-ma-la-thập (344 - 413) dịch vào năm 406, là bản dịch quan trọng nhất và được sử dụng nhiều nhất, chính là bản kinh này.
3. Thuyết vô cấu xưng kinh (說無垢稱經), 6 quyển, do ngài Huyền Trang (600 - 664) dịch vào năm 650. Cũng gọi theo nghĩa là Tịnh danh kinh.

Duy-ma-cật là tên vị Bồ Tát hiện thân cư sĩ trong kinh này, gọi đầy đủ là Duy-ma-la-cật (Sanskrit: **Vimalakīrti**), dịch nghĩa là Vô Cấu Xưng (無垢稱) trước đây cũng dịch là Tịnh Danh (淨名).

[2] Tôi nghe như thế này (Như thị ngã văn): là lời ngài A-nan thuật lại. Tất cả kinh Phật đều mở đầu bằng câu này, để chỉ rõ là do ngài A-nan, bậc đa văn đệ nhất, nghe chính từ kim khẩu của Phật thuyết ra và sau đó mới ghi chép lại.

Oai thần mà chư Phật đã gầy dựng được, chư Bồ Tát ấy nương vào đó mà hộ vệ thành trì đạo pháp. Các ngài thọ lãnh giữ gìn Chánh pháp, có thể thuyết pháp hùng hồn như tiếng sư tử rống, danh tiếng các ngài bay khắp mười phương. Chẳng đợi thỉnh cầu giúp đỡ mà các ngài tự mang sự an ổn đến cho mọi người. Các ngài tiếp nối làm hưng thạnh Tam bảo,[1] khiến cho lưu truyền chẳng dứt.

Hàng phục ma oán, chế phục ngoại đạo, các ngài đã trở nên thanh tịnh, lìa hẳn phiền não che phủ quấn quít, lòng hằng trụ yên nơi giải thoát vô ngại, niệm, định, tổng trì,[2] tài biện thuyết chẳng gián đoạn. Các ngài có đầy đủ những đức: bố thí, trì giới, nhẫn nhục, tinh tấn, thiền định, trí tuệ và sức phương tiện. Các ngài đạt tới mức tự thấy mình không chứng đắc chi cả, chẳng cần khởi lòng nhẫn nhịn đối với mọi sự việc mà biết tùy thuận căn cơ của chúng sinh để quay bánh xe Pháp chẳng thối lui.[3] Các ngài biết rõ tướng trạng các pháp, hiểu được căn tánh chúng sinh. Các ngài bao trùm khắp đại chúng, đạt đến chỗ an ổn không sợ sệt.

Các ngài tu tâm bằng công đức trí tuệ. Những tướng chánh quý và những tướng phụ tốt tô điểm thân thể, làm cho dung sắc hình tượng các ngài đẹp đẽ bậc nhất. Các ngài chê bỏ mọi món trang sức tốt

---

[1] Tam bảo: ba ngôi quý nhất ở thế gian, đó là: Phật bảo, Pháp bảo và Tăng bảo.

[2] Tổng trì (總持): nghĩa là "thâu nhiếp hết tất cả", dịch chữ dhāraṇī trong tiếng Sanskrit, phiên âm là đà-la-ni.

[3] Có tài nương theo chí hướng của người nghe mà thuyết pháp, đưa họ lên đường tấn hóa đạo đức.

đẹp của thế gian. Danh tiếng các ngài rất cao xa, vượt khỏi núi Tu-di. Đức tin của các ngài sâu vững như kim cang. Chánh pháp quý giá của các ngài soi sáng khắp nơi và tuôn xuống như mưa cam-lộ.[1] Tiếng nói của các ngài vi diệu đệ nhất.

Các ngài thấu nhập sâu xa tới chỗ phát khởi của nhân duyên, chặt đứt các ý kiến tà vạy và ý kiến thiên lệch về hai bên, chẳng nghiêng về chấp có hoặc chấp không. Các ngài không còn những thói quen xấu. Các ngài diễn giảng pháp giáo một cách hùng hồn không sợ sệt, như tiếng sư tử rống. Tiếng giảng thuyết của các ngài vang dội như sấm dậy, không thể đong lường, quá số đong lường. Những điều quý giá mà các ngài thâu góp được trong Chánh pháp nhiều như châu báu mà một vị hải đạo sư[2] tìm được ở biển cả. Các ngài thấu rõ nghĩa lý sâu xa huyền diệu của các pháp. Các ngài biết rành chỗ đã qua và chỗ sẽ đến của chúng sinh, cùng mọi manh động trong tâm ý của họ. Các ngài gần tới mức trí tuệ tự tại của Phật mà không ai sánh bằng. Trí tuệ ấy bao gồm những đức như: mười trí lực, lòng chẳng sợ, mười tám món công đức vượt trên hàng nhị thừa.[3]

---

[1] Cam-lộ (Sanskrit: Amrta) phiên âm là A-mật-rí-đa, chất nước ngon ngọt, uống vào được sống lâu, trừ hết bệnh tật.

[2] Hải đạo sư: vị chủ thuyền cầm đầu một số người đi ra biển cả để tìm châu báu, ngọc quý.

[3] Tức là Thập bát bất cộng pháp (十八不共法 – Sanskrit: aṣṭādaśa āveṇikā buddha-dharmāḥ): Mười tám pháp bất cộng, vượt cao hơn các quả vị Tiểu thừa và Duyên giác thừa, duy chỉ có hàng Bồ Tát Đại thừa mới đạt đến, cũng gọi là Thập bát bất cụ pháp, bao gồm:

Các ngài đã đóng kín hết các đường ác: địa ngục, ngạ quỷ, súc sinh, nhưng tự mình thị hiện sinh sống trong năm đường: cõi trời, cõi người, địa ngục, ngạ quỷ và súc sinh. Làm bậc đại y vương, các ngài trị lành các thứ bệnh. Tùy bệnh cho thuốc, các ngài khiến người người được lành mạnh.

Các ngài thành tựu vô lượng công đức. Vô lượng cõi Phật đều được các ngài làm cho trang nghiêm, thanh tịnh. Những ai nghe biết đến các ngài, thảy

---

1. Thân vô thất (Thân không lỗi)
2. Khẩu vô thất (Miệng không lỗi)
3. Niệm vô thất (Ý tưởng không lỗi)
4. Vô dị tưởng (Không có ý tưởng xen tạp)
5. Vô bất định tâm (Không có tâm xao động)
6. Vô bất tri dĩ xả (Chẳng phải không biết chuyện đã bỏ).
7. Dục vô diệt (Sự dục không diệt)
8. Tinh tấn vô diệt (Sự tinh tấn không diệt)
9. Niệm vô diệt (Ý tưởng không diệt)
10. Huệ vô diệt (Trí tuệ không diệt)
11. Giải vô diệt (Giải thoát không diệt)
12. Giải thoát tri kiến vô diệt (Giải thoát tri kiến không diệt)
13. Nhất thiết thân nghiệp tùy trí tuệ hành (Hết thảy nghiệp của thân tùy theo trí tuệ mà thi hành).
14. Nhất thiết khẩu nghiệp tùy trí tuệ hành (Hết thảy nghiệp của miệng tùy theo trí tuệ mà thi hành).
15. Nhất thiết ý nghiệp tùy trí tuệ hành (Hết thảy nghiệp của ý tùy theo trí tuệ mà thi hành).
16. Trí tuệ tri quá khứ thế vô ngại (Trí tuệ biết đời quá khứ không ngại.)
17. Trí tuệ tri vị lai thế vô ngại (Trí tuệ biết đời vị lai không ngại.)
18. Trí tuệ tri hiện tại thế vô ngại (Trí tuệ biết đời hiện tại không ngại.)

đều được lợi ích. Những việc mà các ngài làm đều mang lại lợi lạc cho chúng sinh. Tất cả những công đức như vậy, các ngài đều có đầy đủ.

Danh hiệu của các ngài là: Bồ Tát Đẳng Quan, Bồ Tát Bất Đẳng Quan, Bồ Tát Đẳng Bất Đẳng Quan, Bồ Tát Định Tự Tại Vương, Bồ Tát Pháp Tự Tại Vương, Bồ Tát Pháp Tướng, Bồ Tát Quang Tướng, Bồ Tát Quang Nghiêm, Bồ Tát Đại Nghiêm, Bồ Tát Bảo Tích, Bồ Tát Biện Tích, Bồ Tát Bảo Thủ, Bồ Tát Bảo Ấn Thủ, Bồ Tát Thường Cử Thủ, Bồ Tát Thường Hạ Thủ, Bồ Tát Thường Thảm, Bồ Tát Hỷ Căn, Bồ Tát Hỷ Vương, Bồ Tát Biện Âm, Bồ Tát Hư Không Tạng, Bồ Tát Chấp Bảo Cự, Bồ Tát Bảo Dũng, Bồ Tát Bảo Kiến, Bồ Tát Đế Võng, Bồ Tát Minh Võng, Bồ Tát Vô Duyên Quan, Bồ Tát Huệ Tích, Bồ Tát Bảo Thắng, Bồ Tát Thiên Vương, Bồ Tát Hoại Ma, Bồ Tát Điện Đức, Bồ Tát Tự Tại Vương, Bồ Tát Công Đức Tướng Nghiêm, Bồ Tát Sư Tử Hống, Bồ Tát Lôi Âm, Bồ Tát Sơn Tướng Kích Âm, Bồ Tát Hương Tượng, Bồ Tát Bạch Hương Tượng, Bồ Tát Thường Tinh Tấn, Bồ Tát Bất Hưu Tức, Bồ Tát Diệu Sinh, Bồ Tát Hoa Nghiêm, Bồ Tát Quán Thế Âm, Bồ Tát Đắc Đại Thế, Bồ Tát Phạm Võng, Bồ Tát Bảo Trượng, Bồ Tát Vô Thắng, Bồ Tát Nghiêm Độ, Bồ Tát Kim Kế, Bồ Tát Châu Kế, Bồ Tát Di-lặc, Bồ Tát Pháp vương tử Văn-thù Sư-lợi... Những Bồ Tát như vậy là ba mươi hai ngàn vị.

Lại có mười nghìn Phạm Thiên Vương, như

Phạm vương Thi Khí..., từ các cõi Tứ thiên hạ[1] khác đến nơi Phật ngự để nghe pháp. Lại có một mười hai ngàn vị thiên đế, cũng từ các cõi Tứ thiên hạ khác đến dự pháp hội. Cũng có cả chư thiên oai đức lớn, long thần, dạ-xoa, càn-thát-bà, a-tu-la, ca-lâu-la, khẩn-na-la, ma-hầu-la-già, thảy đều đến nơi pháp hội. Chư tỳ-kheo, tỳ-kheo-ni, ưu-bà-tắc, ưu-bà-di[2] cũng về trong pháp hội.

Lúc ấy, đức Phật vì đại chúng vô lượng trăm ngàn người cung kính bao quanh mà thuyết pháp, như núi chúa Tu-di hiện rõ trên biển cả, Ngài ngồi yên trên tòa sư tử nghiêm sức bởi các báu, che mờ tất cả đại chúng đến dự pháp hội.

Lúc bấy giờ, trong thành Tỳ-da-ly có một chàng con nhà trưởng giả, tên là Bảo Tích, cùng năm trăm chàng con nhà trưởng giả khác, thảy đều cầm những lọng bảy báu, đến nơi Phật ngự, đầu và mặt làm lễ sát chân Phật. Mỗi chàng đều đem lọng của mình mà cúng dường Phật. Oai thần của Phật khiến cho

---

[1] Tứ Thiên hạ: Một thế giới có bốn châu, gọi là một Tứ thiên hạ. Cũng gọi là Tứ châu. Bốn cõi ở bốn phương của thế giới này:
   1. Phất-bà-đề tại phương Đông.
   2. Cồ-da-ni tại phương Tây.
   3. Diêm-phù-đề tại phương Nam.
   4. Câu-lư-châu tại phương Bắc. Diêm-phù-đề là một cõi trong Bốn cõi thiên hạ.

[2] Tỳ-kheo, tỳ-kheo-ni, ưu-bà-tắc, ưu-bà-di: Còn gọi là Tứ bộ chúng, tức là bốn hàng đệ tử của Phật. Tỳ kheo là nam giới xuất gia, thọ đủ giới. Tỳ kheo ni là nữ giới xuất gia, thọ đủ giới. Ưu-bà-tắc hay cư sĩ nam là nam giới tu tại gia. Ưu-bà-di hay cư sĩ nữ là nữ giới tu tại gia.

các lọng báu hợp thành một cái lọng duy nhất, che trùm cả thế giới tam thiên đại thiên.[1] Trọn tướng rộng dài của thế giới này đều hiện đủ trong cái lọng ấy. Lại nữa, các núi Tu-di, Tuyết sơn, Mục-chân-lân-đà, Ma-ha Mục-chân-lân-đà, Hương sơn, Hắc sơn, Thiết vi, Đại thiết vi, cùng với biển cả, sông cái, sông con, rạch, suối, nguồn, cùng mặt trời, mặt trăng, các tinh tú, thiên cung, long cung, cung điện của các tôn thần thuộc thế giới tam thiên đại thiên này, thảy đều hiện ra trong lọng báu ấy. Lại nữa, chư Phật mười phương, chư Phật đang thuyết pháp cũng hiện ra trong lọng báu.

Lúc ấy, tất cả đại chúng thấy sức thần của Phật, đều ngợi khen là chưa từng có. Cùng nhau chắp tay lễ Phật, chiêm ngưỡng vẻ mặt của Phật, mắt chẳng xao lãng. Chàng Bảo Tích, con nhà trưởng giả, liền đối trước Phật tụng kệ rằng:

Mắt trong, dài, rộng như sen xanh,
Lòng sạch qua khỏi các thiền định,
Tịnh nghiệp chứa lâu, lường không xiết,
Dùng tịch dắt chúng, đáng đảnh lễ!

Đã thấy Đại thánh dùng Thần biến,
Hiện vô lượng cõi khắp mười phương,
Chư Phật thuyết pháp các cõi ấy,
Ở đây ai nấy đều nghe thấy.

---

[1] Một ngàn thế giới hợp thành một tiểu thiên thế giới. Một ngàn tiểu thiên thế giới hợp thành một trung thiên thế giới. Một ngàn trung thiên thế giới hợp thành một đại thiên thế giới. Vì thế nên một đại thiên thế giới cũng gọi là Tam thiên đại thiên thế giới.

Pháp lực Pháp vương vượt quần sinh,
Thường đem của pháp thí tất cả,
Có tài phân biệt tướng các pháp,
Đối Đệ nhất nghĩa, chẳng động chuyển.

Đối với các pháp được tự tại,
Cho nên đảnh lễ Pháp vương này.
Nói pháp chẳng có cũng chẳng không,
Các pháp do nhân duyên mà sinh.

Không ta, không tạo, không người thọ,
Nghiệp lành, nghiệp dữ cũng chẳng mất.
Trước dẹp ma tại cội Bồ-đề,
Đắc Diệt cam-lộ, thành giác đạo.

Đã không tâm ý, không thọ hành,
Mà tồi phục hết các ngoại đạo.
Ba Chuyển pháp luân ở đại thiên,[1]
Pháp ấy xưa nay thường trong sạch:

---

[1] Ba Chuyển pháp luân ở đại thiên (Tam Chuyển pháp luân ư đại thiên): Đức Phật Thích-ca thành đạo rồi, ngài vào Vườn Lộc gần thành Ba-la-nại thuyết pháp lần đầu, gọi là Chuyển pháp luân (quay bánh xe pháp), thuyết pháp Tứ diệu đế bằng ba cách: Thị, Khuyến, Chứng, gọi là Tam chuyển pháp luân.

1. Thị chuyển: Đây là khổ, đây là tập, đây là diệt, đây là đạo. Ngài chỉ rõ bốn tướng của Bốn đế.
2. Khuyến chuyển: Nên biết lẽ khổ, nên dứt lẽ tập (nguyên nhân của khổ), nên chứng lẽ diệt, nên tu lẽ đạo. Tức là Phật khuyên tu hành Bốn đế.
3. Chứng chuyển: Ta đã biết lẽ khổ, ta đã dứt lẽ tập, ta đã chứng lẽ diệt, ta đã tu lẽ đạo. Phật xác nhận rằng ngài thành đạo nhờ hiểu thấu và thực hành Bốn đế.

Trời, người đắc đạo, đó là chứng,
Tam bảo lúc ấy hiện thế gian.
Đem diệu pháp ấy cứu quần sinh,
Thọ rồi, chẳng thối, thường tịch nhiên.
Đại y vương[1] *độ lão, bệnh, tử,*
Nên lễ Pháp hải đức vô biên.[2]

Chê, khen chẳng động, như Tu-di,
Người lành, kẻ dữ, Phật thương đều,
Lòng hành bình đẳng như hư không,
Ai nghe Nhân bảo[3] *chẳng kính vâng?*

Nay hiến Thế Tôn lọng báu này,
Cõi thế giới ta hiện trong ấy:
Cung điện các vị trời, rồng, thần,
Càn-thát-bà với cung dạ-xoa,
Mọi vật thế gian thấy trong đó.
Thập lực[4] *phương tiện biến hóa ấy,*

---

[1] Đại y vương: Vua thầy thuốc lớn, tiếng để tôn xưng Phật.

[2] Pháp hải đức vô biên: Biển pháp đức hạnh không bờ bến, tiếng để tôn xưng Phật.

[3] Nhân bảo: Ngôi báu, của quý trong loài người, tiếng để tôn xưng Phật.

[4] Thập lực (十力, Sanskrit: **daśabala**, Pāli: **dasabala**): Đức Phật có đủ mười Trí lực, nên xưng ngài là Thập lực. Mười Trí lực của Phật là:

1. Tri thị xứ phi xứ trí lực (知是處非處智力, Sanskrit: **sthānāsthānajñāna**, Pāli: **ṭhānāṭhāna-ñāṇa**): Biết rõ tính khả thi và tính bất khả thi trong mọi trường hợp.

2. Tri tam thế nghiệp báo trí lực (知三世業報智力, Sanskrit: **karmavipākajñāna**, Pāli: **kammavipāka-ñāṇa**):

Kinh Duy-ma-cật

Thấy việc ít có, chúng khen Phật.
Nay ta đảnh lễ Tam giới tôn,
Đại thánh Pháp vương: chỗ chúng theo,

Biết rõ luật nhân quả (hay nghiệp quả), tức là nhân nào tạo thành quả nào.

3. Tri nhất thiết sở đạo trí lực (知一切所道智力, Sanskrit: sarva-tragāminīpratipaj-jñāna, Pāli: sabbattha-gāminī-paṭipadāñāṇa): Biết rõ các nguyên nhân dẫn đến tái sinh về các cảnh giới khác nhau.

4. Tri chủng chủng giới trí lực (智種種界智力, Sanskrit: anekadhātu-nānādhātujñāna, Pāli: anekadhātu-nānādhātu-ñāṇa): Biết rõ các thế giới với những yếu tố hình thành.

5. Tri chủng chủng giải trí lực (知種種解智力, Sanskrit: nānā-dhimukti-jñāna, Pāli: nānādhimuttikatāñāṇa): Biết rõ cá tính của mỗi chúng sinh.

6. Tri nhất thiết chúng sinh tâm tính trí lực (知一切眾生心性智力, Sanskrit: indriyapārapara-jñāna, Pāli: indriyaparopariyatta-ñāṇa): Biết rõ căn cơ học đạo cao thấp của mỗi chúng sinh.

7. Tri chư thiền giải thoát tam-muội trí lực (知諸禪解脫三昧智力, Sanskrit: sarvadhyāna-vimokṣa-đāna, Pāli: jhāna-vimokkha-ñāṇa): Biết rõ tất cả các phương thức thiền định.

8. Tri túc mệnh vô lậu trí lực (知宿命無漏智力, Sanskrit: pūrvani-vāsānusmṛti-jñāna, Pāli: pubbennivāsānussati-ñāṇa): Biết rõ các tiền kiếp của chính mình.

9. Tri thiên nhãn vô ngại trí lực (知天眼無礙智力, Sanskrit: cyutyupapādajñāna, Pāli: cutūpapāta-ñāṇa): Biết rõ sự hoại diệt và tái sinh của chúng sinh.

10. Tri vĩnh đoạn tập khí trí lực (知永斷習氣智力, Sanskrit: āśrava-kṣayajñāna, Pāli: āsavakkhaya-ñāṇa): Biết các pháp ô nhiễm (Sanskrit: āśrava) sẽ chấm dứt như thế nào.

Các trí lực thứ 8, thứ 9 và thứ 10 cũng chính là Tam minh của Phật.

Tâm tịnh nhìn Phật, ai chẳng vui?
Thảy thấy Thế Tôn trước mặt mình,
Thần lực của Ngài chẳng ai bằng.

Thuyết pháp, Phật dùng một thứ tiếng,
Chúng sinh loài nào cũng hiểu được,
Họ bảo: Thế Tôn nói tiếng mình,
Như vậy, thần lực chẳng ai bằng.

Thuyết pháp, Phật dùng một thứ tiếng,
Chúng sinh ai nấy tùy chỗ hiểu,
Thảy được thọ, hành, thâu lợi ích,
Như vậy, thần lực chẳng ai bằng.

Thuyết pháp, Phật dùng một thứ tiếng,
Kẻ nghe sợ sệt hoặc vui vẻ,
Hoặc sinh chán lìa, hoặc dứt nghi,
Như vậy, Thần lực chẳng ai bằng.

Đảnh lễ Thập lực đại tinh tấn.
Đảnh lễ Bậc đắc không sợ sệt.
Đảnh lễ Bậc trụ Bất cộng pháp.
Đảnh lễ Thầy lớn dắt tất cả.
Đảnh lễ Bậc dứt các trói buộc.
Đảnh lễ Bậc tới bờ bên kia.
Đảnh lễ Bậc độ các thế gian.
Đảnh lễ Bậc lìa đường sinh tử.
Biết rõ tướng lai khứ chúng sinh,
Hiểu rành các pháp được giải thoát,

> *Chẳng nhiễm thế gian, như hoa sen,*
> *Thường khéo vào nơi hạnh không tịch,*
> *Thấu các tướng pháp, không trở ngại,*
> *Đảnh lễ Như Không, chẳng dựa đâu.*

Lúc ấy, chàng Bảo Tích tụng những câu kệ ấy rồi bạch Phật rằng: "Bạch Thế Tôn! Năm trăm chàng con nhà trưởng giả đây, thảy đều đã phát tâm A-nậu-đa-la Tam-miệu Tam-bồ-đề,[1] nay muốn nghe việc được quốc độ thanh tịnh của Phật. Xin đức Thế Tôn giảng thuyết các hạnh tịnh độ của chư Bồ Tát."

Phật dạy: "Lành thay, Bảo Tích! Ông đã vì chư Bồ Tát hỏi Như Lai về hạnh tịnh độ. Hãy lắng nghe, lắng nghe! Hãy suy nghĩ cho kỹ. Ta sẽ vì ông mà giảng thuyết."

Lúc ấy, Bảo Tích và năm trăm chàng con nhà trưởng giả vâng lời dạy ngồi nghe.

Phật dạy Bảo Tích rằng: "Các loài chúng sinh là cõi Phật của Bồ Tát. Tại sao vậy? Bồ Tát tùy theo chỗ giáo hóa chúng sinh mà giữ lấy cõi Phật. Tùy theo chỗ điều phục chúng sinh mà giữ lấy cõi Phật. Tùy các chúng sinh muốn dùng cõi nước nào để vào trí tuệ Phật mà giữ lấy cõi Phật. Tùy các chúng sinh muốn dùng cõi nước nào để phát khởi căn Bồ Tát mà giữ lấy cõi Phật. Tại sao vậy? Bồ Tát giữ lấy cõi nước thanh tịnh là vì muốn làm lợi ích cho chúng sinh. Tỷ như người ta muốn tạo lập cung điện nhà

---

[1] Phát tâm A-nậu-đa-la Tam-miệu Tam-bồ-đề: phát nguyện thành Phật, nguyện tu tập hạnh Bồ Tát, hồi hướng về quả vị Phật.

cửa trên đất trống thì tùy ý mà tạo lập, không chi trở ngại. Nhưng nếu muốn xây cất nơi hư không thì không thể được. Bồ Tát cũng vậy, vì muốn giúp cho chúng sinh được thành tựu, cho nên nguyện giữ lấy cõi Phật. Việc nguyện giữ lấy cõi Phật đó, chẳng phải là việc xây cất nơi hư không.

Bảo Tích! Nên biết rằng: Tâm ngay thẳng là cõi nước thanh tịnh của Bồ Tát, khi Bồ Tát thành Phật, những chúng sinh chẳng nịnh bợ sinh về nước ấy.

Tâm sâu vững là cõi nước thanh tịnh của Bồ Tát, khi Bồ Tát thành Phật, những chúng sinh đầy đủ công đức sinh về nước ấy.

Tâm bồ-đề là cõi nước thanh tịnh của Bồ Tát, khi Bồ Tát thành Phật, những chúng sinh Đại thừa sinh về nước ấy.

Bố thí là cõi nước thanh tịnh của Bồ Tát, khi Bồ Tát thành Phật, những chúng sinh có thể bỏ tất cả sinh về nước ấy.

Trì giới là cõi nước thanh tịnh của Bồ Tát, khi Bồ Tát thành Phật, những chúng sinh làm mười việc lành[1] tròn nguyện sinh về nước ấy.

---

[1] Thập thiện đạo hay Thập thiện là mười việc thiện được thực hiện qua thân (3 việc), miệng (4 việc) và ý (3 việc). Bao gồm:
    1. Bất sát sinh (不殺生, Sanskrit: **pāṇātipātā paṭivirati**): Không sát hại, phải tha thứ, phóng sinh.
    2. Bất thâu đạo (不偷盜, Sanskrit: **adattādānādvirati**): Không trộm cắp, phải thường làm việc bố thí.
    3. Bất tà dâm (不邪婬, Sanskrit: **kāmamithyācārādvirati**): Không tà dâm, phải chung thủy trong cuộc sống một vợ một chồng.

Nhẫn nhục là cõi nước thanh tịnh của Bồ Tát, khi Bồ Tát thành Phật, chúng sinh được trang nghiêm bởi ba mươi hai tướng tốt sinh về nước ấy.

Tinh tấn là cõi nước thanh tịnh của Bồ Tát, khi Bồ Tát thành Phật, những chúng sinh siêng tu tất cả công đức sinh về nước ấy.

Thiền định là cõi nước thanh tịnh của Bồ Tát, khi Bồ Tát thành Phật, những chúng sinh giữ tâm chẳng loạn sinh về nước ấy.

Trí tuệ là cõi nước thanh tịnh của Bồ Tát, khi Bồ Tát thành Phật, những chúng sinh chánh định sinh về nước ấy.

Bốn tâm vô lượng là cõi nước thanh tịnh của Bồ Tát, khi Bồ Tát thành Phật, những chúng sinh thành tựu các đức từ, bi, hỷ, xả sinh về nước ấy. Bốn

---

4. Bất vọng ngữ (不妄語, Sanskrit: **mṛṣāvādātvirati**): Không nói xằng, nói bậy, phải nói lời chân thật.
5. Bất lưỡng thiệt (不兩舌, Sanskrit: **paisunyātvirati**): Không nói hai lưỡi, nói theo cách đòn xóc hai đầu, phải nói lời cương trực, chân chánh.
6. Bất ác khẩu (不惡口, Sanskrit: **pāruṣyātprativirati**): Không nói xấu người, phải nói lời hòa giải, hàn gắn.
7. Bất ỷ ngữ (不綺語, Sanskrit: **saṃbinnapralāpātprativirati**): Không dùng lời thêu dệt không đâu, phải nói lời có ích, có nghĩa lý.
8. Bất tham dục (不貪欲, Sanskrit: **abhidhyāyāḥprativirati**): Không tham lam, phải hiểu rằng mọi vật là chẳng thật, bất tịnh, vô thường.
9. Bất sân khuể (不嗔恚, Sanskrit: **vyāpādātprativirati**): Không giận dữ, phải từ bi nhẫn nhục.
10. Bất tà kiến (不邪見, Sanskrit: **mithyādṛṣṭi-prativirati**): Không ôm ấp những ý niệm, kiến giải sai lầm, phải sáng suốt chánh kiến.

pháp thâu nhiếp¹ là cõi nước thanh tịnh của Bồ Tát, khi Bồ Tát thành Phật, những chúng sinh thoát khỏi chỗ nắm giữ sinh về nước ấy. Phương tiện là cõi nước thanh tịnh của Bồ Tát, khi Bồ Tát thành Phật, những chúng sinh đối với tất cả các pháp tùy nghi vô ngại sinh về nước ấy. Ba mươi bảy phẩm trợ đạo² là cõi nước thanh tịnh của Bồ Tát, khi Bồ Tát

---

¹ Bốn pháp thâu nhiếp (Tứ nhiếp pháp - 四攝法 Sanskrit: catvāri-saṃgrahavastūni): bốn phương cách mà một vị Bồ Tát dùng để nhiếp phục chúng sinh:
  1. Bố thí nhiếp (布施攝, Sanskrit: dāna), nghĩa là dùng việc bố thí để nhiếp phục người.
  2. Ái ngữ nhiếp (愛語攝, Sanskrit: priyavāditā), nghĩa là dùng lời hay, đẹp để nhiếp phục người.
  3. Lợi hành nhiếp (利行攝, Sanskrit: arthacaryā), nghĩa là dùng hành động vị tha, có lợi cho người khác để nhiếp phục họ.
  4. Đồng sự nhiếp (同事攝, Sanskrit: samānārthatā), nghĩa là cùng hòa nhập, chung cùng với chúng sinh, người thiện cũng như người ác, để hướng dẫn họ đến bờ chỗ giác ngộ.

² Ba mươi bảy phẩm trợ đạo: (Tam thập thất trợ đạo phẩm, 三十七助道品 Sanskrit: saptatriṃśadbodhipākṣika-dharma) Gồm cả thảy 37 pháp, chia làm 7 nhóm:
  1. Bốn niệm xứ (四念處, Tứ niệm xứ, Sanskrit: catuḥsmṛtyu-pasthāna).
  2. Bốn tinh tiến (四正勤, Tứ chính cần, Sanskrit: samyak-prahā-nāni).
  3. Bốn Như ý túc (四如意足, Tứ như ý túc, Sanskrit: rddhipāda),
  4. Năm căn (五根, Ngũ căn, Sanskrit: pañcendriya).
  5. Năm lực (無力, Ngũ lực, Sanskrit, Pāli: pañcabala).
  6. Bảy giác chi (七覺支, Thất giác chi, Sanskrit: sapta-bodhyaṅga).
  7. Bát chính đạo (八正道, Sanskrit: aṣṭāṅgika-mārga).

Tổng cộng là 37 pháp, sẽ được lần lượt trình bày chi tiết trong các chú giải tiếp theo đây.

Kinh Duy-ma-cật

thành Phật, những chúng sinh có Bốn niệm xứ, Bốn chánh cần,[1] Bốn thần túc,[2] Năm căn,[3] Năm sức,[4] Bảy

---

[1] Tứ chánh cần (四正勤, Sanskrit: **samyak-prahāṇāni**, Pāli: **sammā-padhāṇa**): bốn phương pháp tinh tấn chuyên cần để loại trừ các pháp bất thiện. Bốn pháp tinh cần ấy là:

1. Tinh tấn trong việc ngăn ngừa, tránh làm các điều ác từ lúc còn chưa sinh khởi (Sanskrit: **anutpannapāpakākuśaladharma**).
2. Tinh tấn trong việc từ bỏ, vượt qua những điều ác đã sinh khởi (Sanskrit: **utpanna-pāpakākuśala-dharma**).
3. Tinh tấn phát triển các điều thiện đã có (Sanskrit: **utpannakuśala-dharma**).
4. Tinh tấn làm cho các điều thiện phát sinh (Sanskrit: **anutpannakuśala-dharma**).

Bốn pháp tinh cần này cũng chính là Chánh tinh tấn trong Bát chánh đạo.

[2] Bốn thần túc (Tứ thần túc), hay còn được gọi là Tứ như ý túc (四如意足, Sanskrit: **catvāra ṛddhipādāḥ**). Bao gồm:

1. Dục như ý túc (Sanskrit: **chanda**): tập trung vào ý chí mạnh mẽ.
2. Tinh tấn như ý túc (Sanskrit: **vīrya**): tập trung vào nghị lực.
3. Tâm như ý túc (Sanskrit: **citta**): sự chú tâm.
4. Trạch pháp như ý túc (Sanskrit: **mīmāṃsā**): chú tâm vào sự tra tìm.

[3] Năm căn (Ngũ căn, 五根 Sanskrit: **pañca-indriya**): Năm pháp căn bản làm nẩy sinh các thiện pháp khác, nên còn gọi là Năm căn lành:

1. Tín căn (信根): sự tin tưởng vào Tam bảo (Phật, Pháp, Tăng) và Bốn chân lý (Tứ diệu đế: Khổ, Tập, Diệt, Đạo).
2. Tinh tấn căn (精進根), hay Cần căn, là sự dũng mãnh tinh tấn trong việc tu tập các thiện pháp.
3. Niệm căn (念根), lòng nghĩ nhớ, niệm tưởng đến Chánh pháp.
4. Định căn (定根), nhiếp giữ tâm định mà không mất.
5. Huệ căn (慧根), trí tuệ suy xét, hiểu rõ được chân lý.

[4] Năm sức (Ngũ lực), bao gồm:

1. Tín lực (信力, Sanskrit: **śraddhābala**): có đức tin mạnh mẽ vào Chánh pháp, từ bỏ những sự tin tưởng sai lầm.

thánh giác,¹ Tám chánh đạo² sinh về nước ấy. Tâm

> 2. Tinh tấn lực (精進力, Sanskrit: **vīryabala**): năng lực tu trì Bốn tinh tấn, hay Bốn chánh cần (Sanskrit: **sayak-prahanani**) để diệt trừ bất thiện pháp.
> 3. Niệm lực (念力, Sanskrit: **smṛtibala**): sức mạnh do sự hành trì Bốn niệm xứ mang lại, có thể phá được các tà niệm.
> 4. Định lực (定力, Sanskrit: **samādhibala**): sức mạnh do thiền định (Sanskrit: **dhyāna**) mang lại, loại bỏ được mọi tham ái.
> 5. Huệ lực (慧力, Sanskrit: **prajñābala**): sức mạnh nhờ phát khởi tri kiến về Tứ diệu đế, phá tan được các lậu hoặc trong ba cõi Dục giới, Sắc giới và Vô sắc giới.

¹ Bảy thánh giác (Thất thánh giác), cũng gọi là Thất giác chi, Thất giác ý (Sanskrit: **saptabodhyaṅga**): Gồm có:
    1. Trạch pháp (擇法, Sanskrit: dharmapravicaya)
    2. Tinh tấn (精進, Sanskrit: **vīrya**)
    3. Hỷ (喜, Sanskrit: **prīti**)
    4. Khinh an (輕安, Sanskrit: **praśabdhi**)
    5. Niệm (念, Sanskrit: **smṛti**)
    6. Định (定, Sanskrit: **samādhi**)
    7. Xả (捨, Sanskrit: **upekṣā**)

² Tám chánh đạo (Bát chánh đạo): Con đường mà người học Phật phải noi theo để đạt đến giải thoát, gồm 8 sự chân chánh như sau
> 1. Chánh kiến (正見, Pāli: **sammā-diṭṭhi**, Sanskrit: **samyag-dṛṣṭi**): có một quan niệm đúng đắn về Tứ diệu đế và giáo lí Vô ngã.
> 2. Chánh tư duy (正思唯, Pāli: **sammā-saṅkappa**, Sanskrit: **samyak-saṃkalpa**): suy nghĩ đúng đắn, suy xét về ý nghĩa của bốn chân lí một cách không sai lầm.
> 3. Chánh ngữ (正語, Pāli: **sammā-vācā**, Sanskrit: **samyag-vāc**): nói lời chân chánh, không nói dối, không nói phù phiếm.
> 4. Chánh nghiệp (正業, Pāli: **sammā-kammanta**, Sanskrit: **samyak-karmānta**): theo các nghiệp lành, chân chánh, tránh phạm vào giới luật.
> 5. Chánh mạng (正命, Pāli: **sammā-ājīva**, Sanskrit: **samyag-ājīva**): tránh các nghề nghiệp phải giết hại như đồ tể, thợ săn, buôn vũ khí, buôn thuốc phiện...

hồi hướng là cõi nước thanh tịnh của Bồ Tát, khi Bồ Tát thành Phật, ngài được quốc độ đầy đủ tất cả công đức. Thuyết trừ tám nạn là cõi nước thanh tịnh của Bồ Tát, khi Bồ Tát thành Phật, cõi nước ấy không có Ba ác, Tám nạn.[1] Tự mình giữ giới hạnh, chẳng chê kẻ khác lỗi lầm là cõi nước thanh tịnh của Bồ Tát, khi Bồ Tát thành Phật, cõi nước ấy không

---

6. Chánh tinh tấn (正精進, Pāli: sammā-vāyāma, Sanskrit: samyag-vyāyāma): tinh cần phát triển điều thiện, diệt trừ điều ác. Pháp này bao gồm Tứ chánh cần.

7. Chánh niệm (正念, Sanskrit: samyag-smṛti, Pāli: sammā-sati): tỉnh giác trên cả ba hình thức thân, miệng và ý.

8. Chánh định (正定, Pāli: sammā-samādhi, Sanskrit: samyak-samādhi): tập trung tâm ý đạt bốn định xuất thế gian.

[1] Ba ác, Tám nạn (Tam ác, Bát nạn):
- Ba ác hay Ba đường ác là: 1. Địa ngục, 2. Súc sinh, 3. Ngạ quỷ.
- Tám nạn (Sanskrit: **aṣṭāvakṣanā**) là tám sự trở ngại, khó tu hành, cũng gồm cả Ba ác vừa kể. Tám nạn gồm có:

1. Địa ngục (地獄 Sanskrit: naraka).
2. Súc sinh (畜生, Sanskrit: tiryaḍc).
3. Ngạ quỉ (餓鬼, Sanskrit: preta).
4. Trường thọ thiên (長壽天, Sanskrit: **dīrghāyurdeva**), là cõi trời thuộc sắc giới với thọ mạng kéo dài. Thọ mạng cao cũng là một chướng ngại vì nó làm mê hoặc, khiến dễ quên những nỗi khổ của sinh lão bệnh tử trong luân hồi.
5. Biên địa (邊地, Sanskrit: **pratyantajanapāda**), là những vùng không nằm nơi trung tâm, không thuận tiện cho việc tu học chánh pháp.
6. Căn khuyết (根缺, Sanskrit: **indriyavaikalya**), không có đủ giác quan hoặc các giác quan bị tật nguyền như mù, điếc...
7. Tà kiến (雅見, Sanskrit: **mithyādarśana**), những kiến giải sai lệch, bất thiện.
8. Như Lai bất xuất sinh (如來不出生, Sanskrit: **tathāgatānām anutpāda**), nghĩa là sinh ra trong thời gian không có Phật hoặc giáo pháp của Ngài xuất hiện.

nghe đến chuyện phạm cấm. Mười điều thiện là cõi nước thanh tịnh của Bồ Tát, khi Bồ Tát thành Phật, mạng sống không ngắn ngủi, chết yểu, những chúng sinh giàu có, giới hạnh trong sạch, nói lẽ thành thật, thường dùng lời êm ái, quyến thuộc chẳng chia lìa, khéo hòa việc tranh tụng, nói lời có ích, chẳng tham, chẳng sân, chẳng si sinh về nước ấy.

Bảo Tích! Như vậy, Bồ Tát tùy lòng ngay thẳng mà khởi làm. Tùy chỗ khởi làm mà được lòng sâu vững. Tùy lòng sâu vững mà tâm ý được điều phục. Tùy chỗ điều phục tâm ý mà làm được theo đúng như thuyết dạy. Tùy chỗ làm theo đúng như thuyết dạy mà có thể hồi hướng. Tùy chỗ hồi hướng mà có sức phương tiện. Tùy sức phương tiện mà giúp cho chúng sinh được thành tựu. Tùy chỗ thành tựu cho chúng sinh mà được cõi Phật thanh tịnh. Tùy cõi Phật thanh tịnh mà thuyết pháp thanh tịnh. Tùy chỗ thuyết pháp thanh tịnh mà trí tuệ được thanh tịnh. Tùy trí tuệ thanh tịnh mà tâm được thanh tịnh. Tùy tâm được thanh tịnh mà tất cả công đức đều thanh tịnh.

Bảo Tích! Cho nên, Bồ Tát muốn được cõi nước thanh tịnh thì hãy làm cho tâm thanh tịnh. Tùy tâm thanh tịnh, ắt cõi Phật thanh tịnh."

Lúc ấy, nương oai thần của Phật, Xá-lợi-phất có ý nghĩ này: "Nếu như tâm của Bồ Tát thanh tịnh, ắt cõi Phật thanh tịnh. Như vậy, phải chăng đức Thế Tôn của chúng ta khi còn làm Bồ Tát tâm ý chẳng thanh tịnh nên cõi nước của ngài nay mới chẳng được thanh tịnh như thế này?

Phật biết được ý nghĩ ấy, bảo Xá-lợi-phất rằng: "Ý ông thế nào, mặt trời, mặt trăng có sáng chăng, sao kẻ mù chẳng nhìn thấy được?"

Xá-lợi-phất thưa: "Thế Tôn! Chẳng phải vậy. Đó là lỗi ở kẻ mù, chẳng phải lỗi ở mặt trời, mặt trăng."

Phật dạy: "Xá-lợi-phất! Do tội của chúng sinh, nên họ chẳng thấy quốc độ của Như Lai trang nghiêm thanh tịnh, chẳng phải lỗi của Như Lai. Xá-lợi-phất! Cõi đất này của ta là thanh tịnh, nhưng ông chẳng thấy được như vậy."

Lúc ấy, Phạm Vương Loa Kế bảo Xá-lợi-phất: "Đừng nghĩ như vậy, đừng cho rằng cõi Phật này là không thanh tịnh. Vì sao vậy? Ta thấy rằng cõi Phật của đức Thích-ca Mâu-ni thanh tịnh như cung trời Tự tại."

Xá-lợi-phất nói: "Tôi chỉ thấy cõi này toàn là gò nổng, hầm hố, gai góc, sỏi sạn, núi đất, núi đá, dẫy đầy mọi nhơ nhớp xấu xa."

Phạm Vương Loa Kế nói: "Lòng của nhân giả có cao thấp, chẳng y theo trí tuệ Phật. Vậy nên ông thấy cõi này là không thanh tịnh. Xá-lợi-phất! Bồ Tát giữ lẽ bình đẳng đối với tất cả chúng sinh, lòng dạ sâu vững thanh tịnh, y theo trí tuệ Phật, ắt thấy cõi Phật này là thanh tịnh."

Lúc ấy, Phật dùng ngón chân mà nhấn xuống đất. Tức thời, cõi thế giới tam thiên đại thiên này được nghiêm sức bởi trăm ngàn thứ trân bảo, cũng giống như cõi vô lượng công đức trang nghiêm của đức Phật Bảo Trang Nghiêm. Tất cả đại chúng đều khen rằng: "Chưa từng có!" Và ai nấy đều tự thấy mình được ngồi trên tòa sen báu.

Phật hỏi Xá-lợi-phất: "Ông nhìn thấy cõi Phật trang nghiêm thanh tịnh rồi chứ?"

Xá-lợi-phất bạch rằng: "Dạ, Thế Tôn! Từ trước con chưa từng được thấy, chưa từng được nghe như thế này. Nay, quốc độ nghiêm tịnh của Phật đã hiện."

Phật bảo Xá-lợi-phất: "Cõi Phật của ta thường thanh tịnh như vậy. Nhưng vì muốn độ những kẻ thấp kém ở đây, nên ta thị hiện ra cõi bất tịnh với mọi thứ nhơ xấu.

"Ví như chư thiên cùng ăn cơm đựng trong chén bát quý báu, nhưng tùy theo phước đức mà hình sắc của cơm có khác. Xá-lợi-phất! Cũng vậy đó, nếu lòng người thanh tịnh, liền thấy được những công đức trang nghiêm của cõi này."

Trong khi đức Phật hiện ra cõi nước trang nghiêm thanh tịnh, năm trăm chàng con nhà trưởng giả do Bảo Tích dẫn dắt đều đắc Vô sinh pháp nhẫn.[1] Tám mươi bốn ngàn người trong hội đều phát tâm A-nậu-đa-la Tam-miệu Tam-bồ-đề.

---

[1] Vô sinh pháp nhẫn: Đức nhẫn nhục của người giác ngộ nhờ nhận ra được rằng: thật không có chúng sinh, thật không có các pháp, các chúng sinh (hữu tình) và các pháp (vô tình) vốn không sinh, không diệt. Nhận thức như vậy, người tu không còn khởi lên sự buồn giận đối với chúng sinh phá hại mình, đối với các pháp ngăn trở mình.

Phật lấy ngón chân thần lên, thế giới liền trở lại như cũ. Ba mươi hai ngàn chư thiên và những người cầu Thanh văn thừa hiểu ra được rằng các pháp hữu vi là vô thường, liền xa trần cảnh, lìa cấu nhiễm, được Pháp nhãn tịnh.[1] Tám ngàn vị tỳ-kheo chẳng thọ nạp các pháp, dứt phiền não rỉ chảy, tâm ý được giải thoát.

---

[1] Pháp nhãn tịnh hay Pháp nhãn (法眼; Sanskrit: **dharmacakṣus**): mắt pháp thanh tịnh, thấy được sự đa dạng của các pháp hiện hữu. Người tu Thanh văn thừa, khi đắc pháp nhãn tịnh, thấy được trần thế là giả dối ô trược, bèn chán ngán sự đời mà vui với đạo lý, hướng đến Niết-bàn. Đắc Pháp nhãn tịnh cũng tức là đắc quả đầu tiên trong 4 thánh quả của Thanh văn thừa: quả Tu-đà-hoàn. Quả cao nhất là quả A-la-hán.

Pháp nhãn tịnh hay Kiến pháp thanh tịnh cũng là địa vị đầu tiên trong Thập địa của Bồ Tát, gọi là Hoan hỷ địa.

PHẨM THỨ HAI
PHƯƠNG TIỆN

Lúc ấy, trong thành lớn Tỳ-da-ly có một vị trưởng giả tên là Duy-ma-cật. Ấy là người đã từng cúng dường vô lượng các đức Phật, trồng sâu căn lành, được đức nhẫn vô sinh, biện tài vô ngại, du hí thần thông, nắm được các phép tổng trì, đạt được pháp vô sở úy,¹ hàng phục chúng ma, vỗ về những kẻ oán hờn. Ngài đã vào được pháp môn sâu xa vi diệu,² giỏi về phép trí tuệ, thông đạt phương tiện, thành tựu nguyện lớn, biết rõ chỗ xu hướng trong tâm của mỗi chúng sinh, phân biệt được những căn tánh lanh lợi hoặc chậm lụt. Đối với đạo Phật, từ lâu trong tâm ngài đã thuần thục, chí quyết

---

¹ Vô sở úy: không gì có thể làm cho sợ sệt. Vị đã chứng được pháp này có thể an nhiên vững vàng đối với tất cả các pháp không hề sinh tâm sợ sệt. Có 4 pháp vô sở úy của Phật và 4 pháp vô sở úy của hàng Bồ Tát. Ở đây chỉ các pháp vô sở úy của hàng Bồ Tát, đó là:
  1. Tổng trì bất vong, thuyết pháp vô úy
  2. Tận tri pháp dược cập tri chúng sinh căn dục tánh tâm, thuyết pháp vô úy
  3. Thiện năng vấn đáp, thuyết pháp vô úy
  4. Năng đoạn vật nghi, thuyết pháp vô úy

² Tức là Trí độ (Sanskrit: **prajñāpāramitā**), dịch âm là Bát-nhã ba-la-mật-đa, viết đủ là Trí tuệ độ, là hạnh thứ sáu trong sáu hạnh của Bồ Tát (Lục Ba-la-mật).

về Đại thừa. Mỗi khi làm việc chi, ngài đều khéo suy xét, liệu lường. Ngài trụ nơi oai nghi của Phật, lòng dạ rộng lớn như biển cả. Chư Phật khen ngợi, những đệ tử là Đế-thích và Phạm vương, chúa cõi thế giới đều kính trọng ngài.

Vì muốn cứu độ chúng nhân nên ngài dùng phương tiện khéo léo, cư ngụ tại thành Tỳ-da-ly. Dùng tài sản nhiều không kể xiết, ngài nhiếp phục những kẻ nghèo khó; dùng giới luật thanh tịnh, ngài nhiếp phục những kẻ phạm giới cấm; dùng nhẫn nhục nhu hòa,[1] ngài nhiếp phục những kẻ hay nóng giận; dùng sức tinh tấn mạnh mẽ, ngài nhiếp phục những kẻ lười nhác, giải đãi; dùng nhất tâm thiền tịnh, ngài nhiếp phục những kẻ tâm ý tán loạn; dùng trí tuệ xác quyết, ngài nhiếp phục những kẻ vô trí.

Tuy là cư sĩ,[2] nhưng ngài kính giữ luật hạnh thanh tịnh của bậc sa-môn. Tuy ở tại nhà, nhưng ngài chẳng vương vào ba cõi. Thị hiện có vợ con, nhưng ngài thường tu hạnh thanh tịnh.[3] Thị hiện có quyến thuộc, nhưng ngài thường thích rời xa. Tuy phục sức đồ quý báu nhưng ngài cốt dùng các tướng tốt để trang nghiêm thân mình. Tuy vẫn ăn uống, nhưng ngài lấy niềm vui hành thiền làm món ăn

---

[1] Nhẫn điều hạnh (忍調行 Sanskrit: **sauratya-kṣānti**): hạnh nhẫn nhục nhu hòa.

[2] Nguyên văn dùng bạch y (áo trắng), chỉ người đệ tử Phật tu tại gia, tức là cư sĩ, phân biệt với hàng xuất gia mặc áo vàng hay áo hoại sắc.

[3] Phạm hạnh (Sanskrit: **Brahmacarya**, Pāli: **Brahmacariya**) hay Tịnh hạnh, là hạnh tu trong sạch, ý nói xa lìa sự dâm dục.

PHƯƠNG TIỆN

ngon. Đến những nơi cờ bạc, ngài dùng nơi đó để hóa độ người. Mặc dầu thọ học đạo khác, ngài chẳng chê bỏ chánh tín. Tuy hiểu rành sách vở thế gian, nhưng ngài thường hâm mộ pháp Phật.

Thấy ai ngài cũng kính nhường, lấy sự cúng dường làm trọng. Nắm giữ Chánh pháp, ngài nhiếp phục kẻ lớn người nhỏ. Trong mọi cuộc cộng tác làm ăn, dù thu được những món lợi thế tục, nhưng ngài không lấy đó làm vui. Dạo chơi nơi ngã tư đường, ngài thường giúp ích cho chúng sinh. Dự vào việc chính trị, ngài cứu giúp bảo vệ tất cả nhân dân. Vào nơi giảng luận, ngài đem Đại thừa mà dắt dẫn người nghe. Vào chốn học đường, ngài khuyến dụ và khai hóa trẻ em. Vào chốn lầu xanh, ngài chỉ rõ chỗ tội lỗi của sắc dục. Vào các quán rượu, ngài lập chí hướng thiện cho những người ở đó.

Nếu ở giữa nhóm trưởng giả,[1] ngài được tôn trọng, bèn nói pháp cao trổi cho họ nghe. Nếu ở giữa nhóm cư sĩ, ngài được tôn trọng, bèn dứt mối tham trước của họ. Nếu ở giữa nhóm sát-lỵ, ngài được tôn trọng, bèn đem pháp nhẫn nhục mà giáo hóa họ. Nếu

---

[1] Trưởng giả, thủ-đà-la, sát-lỵ và bà-la-môn là bốn giai cấp ở Ấn độ, theo thứ tự dưới đây:
    a) Bà-la-môn (Sanskrit: **brāhmana**): hàng tu sĩ, các bậc thầy giữ việc cúng tế.
    b) Sát-lỵ hay sát-đế-lỵ (Sanskrit: **kṣatriya**): hàng vua chúa, quan tướng.
    c) Trưởng giả, hay phệ-xá (Sanskrit: **vaiśya**), hàng thương nhân giàu có.
    d) Thủ-đà-la (Sanskrit: sudra), những người làm ruộng, làm các nghề bình thường.

ở giữa nhóm bà-la-môn, ngài được tôn trọng, bèn dứt trừ lòng ngã mạn[1] của họ. Nếu ở giữa nhóm đại thần, ngài được tôn trọng, bèn đem phép chính trị mà chỉ dạy cho họ. Nếu ở giữa nhóm vương tử, ngài được tôn trọng, bèn chỉ cho họ nết trung nết hiếu. Nếu ở giữa nhóm nội quan,[2] ngài được tôn trọng, bèn dạy bảo cho các cung nữ trở nên chính trực. Nếu ở trong hàng dân dã, ngài được tôn trọng, liền khiến cho phước lực của họ được hưng thạnh.

Nếu ở tại cảnh Phạm thiên, ngài được các vị Phạm thiên tôn trọng, liền giáo hóa các vị này về pháp trí tuệ thắng diệu. Nếu ở tại cảnh trời Đế-thích, ngài được chư thiên cảnh trời Đế-thích tôn trọng, liền thị hiện cuộc vô thường bại hoại. Nếu ở cảnh trời Hộ thế, ngài được bốn vị Thiên vương Hộ thế tôn trọng, liền phò hộ chúng sinh.

Trưởng giả Duy-ma-cật dùng vô số các phương tiện như vậy mà giúp ích chúng sinh. Người cũng dùng phương tiện hiện ra thân mình có bệnh. Vì người đang bệnh, nên các hàng quốc vương, đại thần, trưởng giả, cư sĩ, bà-la-môn cùng các vương tử quan thuộc, vô số ngàn người đều đến thăm hỏi bệnh người.

Với những người đến thăm ấy, Duy-ma-cật nhân việc thân có bệnh mà thuyết pháp rộng rãi với họ:

---

[1] Ngã mạn: tự cao, kiêu căng, luôn tự cho mình là tài giỏi hoặc cao quý hơn kẻ khác.

[2] Nội quan: các vị quan cao niên có nhiều đức độ được tuyển vào trong nội cung của vua để dạy dỗ, cai quản các cung nữ, khác với nội quan ở Trung Hoa là các thái giám.

PHƯƠNG TIỆN

"Các nhân giả! Thân này là không thường tồn, không có sức mạnh, không bền chắc. Nó là vật mau hư hoại, không thể tin vào nó được. Nó là khổ não, các bệnh đều tụ tập vào nó.

"Các nhân giả! Như cái thân này đây, bậc minh trí không nương cậy vào nó được. Thân này như bọt đọng mà người ta không thể sờ nắm. Thân này như bọt nổi, không tồn tại lâu dài. Thân này như nháng lửa, nó do sự khát khao ái dục mà sinh ra. Thân này như cây chuối, bên trong chẳng bền chắc gì. Thân này như món đồ ảo thuật, do nơi sự xáo trộn mà khởi ra. Thân này như chiêm bao, thấy nó là hư vọng chẳng thật. Thân này như cái bóng, nó theo nghiệp duyên mà hiện ra. Thân này như tiếng dội, nó phụ thuộc các nhân duyên. Thân này như mây nổi, trong phút chốc đã biến mất. Thân này như tia chớp, chẳng ở yên một phút nào!

"Thân này không chủ, cũng như đất. Thân này không phải ta, cũng như lửa. Thân này không sống lâu, cũng như gió. Thân này không phải người, cũng như nước. Thân này chẳng thật, nó lấy bốn đại: đất, nước, lửa, gió làm nhà. Thân này là trống không, nó lìa ta và vật của ta. Thân này không biết chi hết; nó như cỏ, cây, gạch, sỏi. Thân này không làm gì hết, nó bị sức gió chuyển dời. Thân này là bất tịnh, dẫy đầy mọi nhơ nhớp xấu xa. Thân này là hư ngụy, dẫu nó có tạm dùng những việc tắm, rửa, ăn mặc, nhưng rồi nó cũng mòn dứt mà thôi! Thân này là tai hại, mang lấy một trăm lẻ một bệnh não.[1] Thân này như

---

[1] Một trăm lẻ một bệnh não (bá nhất bệnh não): thân người ta hợp bởi bốn đại (tứ đại): đất, nước, lửa, gió (địa, thủy, hỏa, phong).

gò đất, giếng nước, nó bị cái già hiếp bức. Thân này không kiên định, chắc chắn có ngày phải chết. Thân này như rắn độc, như kẻ cướp oán thù, như xóm nhà không người, các ấm, nhập, giới[1] phối hợp mà làm thành cái thân.

"Các nhân giả! Thân này đáng lo, đáng chán, mà nên ưa thích thân Phật. Vì sao vậy? Thân Phật tức là Pháp thân, do vô lượng pháp cúng dường trí tuệ mà sinh ra; do các pháp: giới, định, tuệ, giải thoát, giải thoát tri kiến mà sinh ra; do những đức từ, bi, hỷ, xả mà sinh ra; do các ba-la-mật là bố thí, trì giới, nhẫn nhục, tinh tấn, thiền định, trí tuệ mà sinh ra; do phương tiện mà sinh ra; do sáu thần thông[2] mà

Nếu một trong bốn đại gia tăng hoặc tổn giảm thì sinh ra 101 bệnh não. Nếu cả bốn đại đều gia tăng hoặc tổn giảm thì sinh ra 404 bệnh não. Đây đều là những cách nói tượng trưng để biểu thị là có rất nhiều bệnh não.

[1] Các ấm, nhập, giới bao gồm:
    a) Ấm: gồm năm ấm (ngũ ấm hay ngũ uẩn) là: sắc, thọ, tưởng, hành, thức.
    b) Nhập: có mười hai nhập là sáu căn nhập với sáu trần. Sáu căn là: mắt, tai, mũi, lưỡi, thân, ý (nhãn, nhĩ, tỷ, thiệt, thân, ý), sáu trần là: hình sắc, âm thanh, hương, vị, xúc chạm, các pháp (sắc, thanh, hương, vị, xúc, pháp).
    c) Giới: gồm mười tám giới, sáu căn bên trong, sáu trần bên ngoài, sáu thức ở giữa. Như nhãn căn, sắc trần và nhãn thức cùng hợp lại sinh ra sự thấy biết.

[2] Sáu thông (Lục thông hay Lục thần thông 六神通, Sanskrit: ṣaḍ abhijñāḥ) là sáu phép thần thông tự tại của Phật. Đó là:
    1. Thần cảnh thông (神境通), cũng còn gọi là Thân thông (身通), Thân như ý thông (身如意通), Thần túc thông (神足通).
    2. Thiên nhãn thông (天眼通): có thể nhìn thấy toàn bộ tiến trình lưu chuyển của chúng sinh qua 6 cõi luân hồi.

PHƯƠNG TIỆN

sinh ra; do ba minh[1] mà sinh ra; do ba mươi bảy

3. Thiên nhĩ thông (天耳通): có thể nghe được toàn thể những tiếng khổ vui mà chúng sinh trải qua trong 6 cõi luân hồi.

4. Tha tâm thông (他心通): năng lực nhận biết tâm niệm của tất cả chúng sinh trong 6 cõi luân hồi.

5. Túc mạng thông (宿命通): còn gọi là Túc trú thông (宿住通): năng lực nhận biết mọi sự việc xảy ra trong vô lượng kiếp trước mà chúng sinh đã trải qua, cũng như biết được toàn bộ thọ mạng của chúng sinh trong trong 6 cõi luân hồi.

6. Lậu tận thông (漏盡通): năng lực chuyển hoá toàn bộ phiền não trong ba cõi, nên không còn là đối tượng của sinh diệt trong ba cõi nữa.

Trong các phép thần thông kể trên, phép thứ 2, thứ 5 và thứ 6 cũng chính là Tam minh (三明).

[1] Ba minh (Tam minh 三明, Sanskrit: tisrovidyā): Ba trí sáng suốt của bậc giác ngộ, cũng chính là ba năng lực thần thông được kể trong Lục thông. Ba trí sáng suốt ấy là:

1. Thiên nhãn minh (天眼明; Sanskrit: **divyācakṣurjñāna-sākṣatkriyāvidyā**), có thể thấy được chúng sinh trong sáu nẻo luân hồi, biết được việc sinh tử của mình và của người khác trong đời vị lai. Cũng gọi là Sinh tử trí chứng minh. Người có trí sáng suốt này cũng gọi là chứng đắc Thiên nhãn thông.

2. Túc mệnh minh (宿命明; Sanskrit: **pūrvanivāsānusmṛtijñāna-sākṣatkriyāvidyā**) hoặc Túc trú minh (宿住明), biết được những gì xảy ra trong những cuộc sống của chính mình trước đây, trong những kiếp trước đây cũng như cuộc sống của chúng sinh trong sáu nẻo luân hồi, biết được việc sinh tử của mình và của người khác trong những đời đã qua. Cũng gọi là Tục trụ trí chứng minh. Người có trí sáng suốt này cũng gọi là chứng đắc Túc mạng thông.

3. Lậu tận minh (漏盡明; Sanskrit: **āśravakṣayajñāna-sākṣatkriyāvidyā**), biết được là mình đã đoạn diệt tất cả những ô nhiễm, lậu hoặc, sẽ không phải tái sinh trong Tam giới, biết được khổ tướng trong hiện tại, dứt trừ được mọi phiền não. Cũng gọi là Lậu tận trí chứng minh. Người có trí sáng suốt này cũng gọi là chứng đắc Lậu tận thông.

33

phẩm trợ đạo mà sinh ra; do chỉ quán mà sinh ra; do mười sức, bốn vô sở úy,[1] mười tám pháp bất cộng mà sinh ra; do việc cắt đứt tất cả các pháp bất thiện, nhóm họp tất cả các pháp hiền thiện mà sinh ra; do chân thật mà sinh ra; do chẳng phóng dật mà sinh ra. Do vô lượng pháp thanh tịnh như vậy mà thân Như Lai sinh ra.

"Các nhân giả! Muốn được thân Phật dứt hết các bệnh của chúng sinh, nên phát tâm A-nậu-đa-la Tam-miệu Tam-bồ-đề."

Trưởng giả Duy-ma-cật thuyết pháp như vậy với những người thăm bệnh, khiến cho vô số ngàn người đều phát tâm A-nậu-đa-la Tam-miệu Tam-bồ-đề.

---

[1] Tứ vô sở úy 四無所畏 (bốn đức chẳng sợ) (Sanskrit: caturvaiśaradya; Pāli: catuvesārajja), cũng gọi là Tứ vô úy (四無畏). Có 4 vô sở úy của Phật và 4 vô sở úy của các vị Bồ Tát.
a) Bốn đức vô úy của Phật là:
   1. Nhất thiết trí vô sở úy
   2. Lậu tận vô sở úy
   3. Thuyết chướng đạo vô sở úy
   4. Thuyết tận khổ đạo vô sở úy
b) Bốn đức vô úy của các vị Bồ Tát:
   1. Tổng trì bất vong, thuyết pháp vô úy
   2. Tận tri pháp dược cập tri chúng sinh căn dục tánh tâm, thuyết pháp vô úy
   3. Thiện năng vấn đáp, thuyết pháp vô úy
   4. Năng đoạn vật nghi, thuyết pháp vô úy

PHẨM THỨ BA
ĐỆ TỬ

*L*úc ấy, trưởng giả Duy-ma-cật bệnh nằm trên giường, tự nghĩ rằng: "Đức Thế Tôn đại bi! Ngài há chẳng đoái thương con sao?"

Phật biết ý nghĩ ấy, liền bảo Xá-lợi-phất:[1] "Ông hãy đến nhà Duy-ma-cật mà thăm hỏi bệnh người."

---

[1] Xá-lợi-phất (Sanskrit: **Śāriputra**, **Pāli**: **Sāriputta**): dịch nghĩa là Thu tử, một vị đại đệ tử của Phật Thích-ca, được Phật nhận là Trí tuệ đệ nhất trong các đệ tử của ngài. Xá-lợi-phất xuất thân từ một gia đình Bà-la-môn. Sau khi đức Phật giác ngộ, Xá-lợi-phất cùng bạn thân là ngài Mục-kiền-liên gia nhập Tăng-già. Tôn giả đã mất trước ngày Phật nhập diệt khoảng vài tháng.
Trước khi theo học với Phật, Xá-lợi-phất là một người đầy nghi ngờ. Theo kinh sách, Tôn giả trở thành đệ tử của Phật sau khi gặp một tỳ-kheo là A-thuyết-thị (Sanskrit: Assaji). Thấy gương mặt sáng ngời trang nghiêm, phong độ nhàn nhã của A-thuyết-thị, Tôn giả liền hỏi ông ta đặt niềm tin nơi ai. A-thuyết-thị trả lời bằng bốn câu kệ, được gọi là Duyên khởi kệ:

> 若法因緣生
> 法亦因緣滅
> 是生滅因緣
> 佛大沙門說

Nhược pháp nhân duyên sinh
Pháp diệc nhân duyên diệt
Thị sinh diệt nhân duyên
Phật đại sa-môn thuyết.
Các pháp nhân duyên sinh
Cũng theo nhân duyên diệt
Nhân duyên sinh diệt này
Phật đại sa-môn thuyết.

Nghe xong, Xá-lợi-phất liền trực nhận ngay về chân lý "Có sinh thì có diệt", liền thuật lại cho bạn thân là Mục-kiền-liên rồi hai người đến xin Phật cho gia nhập Tăng-già, trở thành đệ tử Phật.

Xá-lợi-phất bạch Phật rằng: "Thế Tôn! Con chẳng đủ sức đảm nhận việc đến đó thăm hỏi bệnh ông ấy. Nguyên do là thế này. Con còn nhớ lúc trước, khi con đang ở trong rừng, ngồi yên dưới một cội cây. Bấy giờ, Duy-ma-cật đến bảo con rằng: 'Dạ, thưa ngài Xá-lợi-phất! Chẳng cần ngồi như vậy mà gọi là ngồi yên. Nếu ngồi yên thì chẳng hiện thân và ý trong ba cõi, như vậy là ngồi yên. Chẳng khởi diệt định mà hiện các oai nghi, như vậy là ngồi yên. Chẳng bỏ đạo pháp mà hiện việc phàm phu, như vậy là ngồi yên. Đối với các kiến giải, tâm chẳng động, bèn tu hành ba mươi bảy phẩm trợ đạo, như vậy là ngồi yên. Chẳng cắt đứt phiền não mà vào Niết-bàn, như vậy là ngồi yên. Nếu ngồi được như vậy sẽ được Phật nhận cho là tốt.'

"Thế Tôn! Lúc đó nghe xong mấy lời ấy, con lặng thinh chẳng đáp lại được. Vậy nên con chẳng đủ sức đảm nhận việc đến đó thăm bệnh ông ấy."

Phật bảo Đại Mục-kiền-liên:[1] "Ông hãy đến nhà Duy-ma-cật mà thăm hỏi bệnh người."

Mục-liên bạch Phật rằng: "Thế Tôn! Con chẳng đủ sức đảm nhận việc đến đó thăm bệnh ông ấy. Nguyên do là thế này. Con còn nhớ lúc trước, khi con vào thành lớn Tỳ-da-ly, ở trong một ngõ xóm mà thuyết pháp với các cư sĩ. Bấy giờ, Duy-ma-cật

---

[1] Đại Mục-kiền-liên (Sanskrit: **Mahā Maudgalyāyana**, Pāli: **Mahā Moggallāna**): Một vị đại đệ tử của Phật, được Phật nhận là Thần thông đệ nhất trong các đệ tử của ngài. Ngài là bạn thân với tôn giả Xá-lợi-phất trước khi xuất gia. Chính Xá-lợi-phất sau khi đặt niềm tin ở Phật đã rủ ngài cùng xuất gia theo Phật.

đến bảo con rằng: 'Dạ, thưa ngài Đại Mục-liên! Có thuyết pháp với cư sĩ áo trắng, chẳng nên thuyết như ngài vậy. Người thuyết pháp nên y như pháp mà thuyết. Pháp không có chúng sinh, nên lìa khỏi cấu trược của chúng sinh. Pháp không có ta, nên lìa khỏi cấu trược của ta. Pháp không có thọ mạng, nên lìa khỏi sinh tử. Pháp không có người, nên dứt hết trước sau. Pháp thường yên lặng, nên dứt hết các tướng. Pháp lìa khỏi tướng, nên không có chỗ duyên leo. Pháp không có danh tự, nên dứt hết ngôn ngữ. Pháp không có thuyết diễn, nên lìa khỏi giác quan. Pháp không có hình tướng, nên giống như hư không. Pháp không có hí luận, nên tất cánh là không. Pháp không có vật của ta, nên lìa vật của ta. Pháp không có phân biệt, nên lìa khỏi các thức. Pháp không có chỗ so sánh, nên không có sự đối đãi. Pháp chẳng do nơi nhân, nên chẳng ở tại duyên. Pháp đồng tánh với nhau, nên thiệp nhập với các pháp. Pháp tùy theo lẽ như như, nên không tùy theo đâu cả. Pháp trụ ở thực tế, nên các bên đều chẳng khởi động. Pháp không có lay động, nên chẳng đeo theo sáu trần: hình sắc, âm thanh, mùi ngửi, vị nếm, xúc cảm, các pháp. Pháp không có đi, không có lại, nên thường chẳng trụ. Pháp thuận với không, tùy theo vô tướng, ứng với vô tác. Pháp lìa khỏi tốt và xấu. Pháp không có thêm và bớt. Pháp không có sinh và diệt. Pháp không có chỗ về. Pháp vượt khỏi mắt, tai, mũi, lưỡi, thân, tâm. Pháp không có cao và thấp. Pháp thường trụ chẳng động. Pháp lìa khỏi tất cả mọi sự quán sát và hành đạo.

'Thưa ngài, tướng pháp là như vậy, há thuyết diễn được sao? Này, người thuyết pháp thì không nói, không chỉ. Kẻ nhận pháp thì không nghe, không đắc. Như nhà ảo thuật thuyết pháp với người ảo hóa. Nên lập xong cái ý niệm ấy rồi mới thuyết pháp. Nên hiểu rõ căn tánh lanh lợi hoặc chậm lụt của chúng sinh. Phải thấy biết cho rành rẽ, không chi trở ngại. Đem lòng đại bi xưng tán Đại thừa. Nhớ báo đáp ơn Phật, đừng dứt lìa Tam bảo. Được như vậy rồi, mới có thể thuyết pháp.'

"Duy-ma-cật thuyết thời pháp ấy rồi, tám trăm cư sĩ phát tâm A-nậu-đa-la Tam-miệu Tam-bồ-đề. Con không có biện tài như thế. Vậy nên con chẳng đủ sức đảm nhận việc đến đó thăm bệnh ông ấy."

Phật bảo Đại Ca-diếp:[1] "Ông hãy đến nhà Duy-ma-cật mà thăm hỏi bệnh ông ấy."

Ca-diếp bạch Phật rằng: "Thế Tôn! Con chẳng đủ sức đảm nhận việc đến đó thăm bệnh ông ấy. Nguyên do là thế này. Con còn nhớ lúc trước, khi con đi khất thực trong một xóm nhà nghèo. Bấy giờ Duy-ma-cật đến bảo con rằng: 'Dạ, thưa ngài Đại Ca-diếp! Ngài có lòng từ bi, nhưng lại chẳng rộng khắp, ngài bỏ nhà giàu sang để đến nhà nghèo hèn mà khất thực.

'Thưa ngài, hãy trụ nơi pháp bình đẳng, theo thứ tự nhà cửa mà đi khất thực. Vì chẳng ăn, mới nên đi khất thực. Vì bỏ tướng hòa hiệp, mới nên bốc lấy

---

[1] Đại Ca-diếp (Sanskrit: **Mahā-Kāśyapa**, Pāli: **Mahā-Kassapa**): Một vị đại đệ tử của Phật, được Phật nhận là Đầu đà đệ nhất (Bậc nhất về việc tu khổ hạnh) trong các đệ tử của ngài.

thức ăn. Vì chẳng thọ nhận, mới nên thọ nhận đồ ăn ấy. Vì xem làng xóm như nơi không dân cư, nên mới đi vào xóm làng. Chỗ thấy hình sắc với chỗ không nhìn thấy của kẻ mù đều như nhau. Âm thanh nghe được với tiếng dội lại đều như nhau. Mùi ngửi với gió đều như nhau. Những món mà mình ăn, mình chẳng phân biệt mùi vị. Thọ cảm sự đụng cọ, dường như trí chứng. Hiểu biết các pháp như tướng ảo hóa: không có tánh của mình, không có tánh của vật khác; xưa vốn chẳng cháy, nay cũng không tắt.

'Thưa ngài, nếu có thể chẳng bỏ tám tà[1] vào tám giải thoát,[2] dùng tướng tà mà vào pháp chánh,

---

[1] Tám tà (Bát tà), tức là tám tà đạo, đối lại với tám chánh đạo (Bát chánh đạo). Tám tà ấy là: Tà kiến, Tà tư duy, Tà ngữ, Tà nghiệp, Tà mạng, Tà phương tiện, Tà niệm và Tà định.

[2] Tám giải thoát (Bát giải thoát, Sanskrit: aṣtavimokaṣa). Tám môn giải thoát, gồm có:
   1. Nội hữu sắc tưởng quán ngoại sắc giải thoát: (內有色想觀外色解脫) Ở trong sắc giới, quán nội sắc và ngoại sắc, nhằm bỏ tâm ham thích sắc thể.
   2. Nội vô sắc tưởng quán ngoại sắc giải thoát: (內無色想觀外色解脫) Không quán nội sắc, quán ngoại sắc, nhận ngoại sắc là ô nhiễm.
   3. Tịnh thân tác chứng cụ túc tác giải thoát: (淨身作證具足作解脫) Quán tưởng về thanh tịnh nhưng không bám giữ.
   4. Không vô biên xứ giải thoát: (空無邊處解脫) Vượt qua sắc thể, quán tưởng rằng hư không là vô biên.
   5. Thức vô biên xứ giải thoát (識無邊處解脫) đạt đến ý niệm thức là vô biên.
   6. Vô sở hữu xứ giải thoát: (無所有處解脫) đạt địa vị trong tâm không còn có vật gì.
   7. Phi tưởng Phi phi tưởng xứ giải thoát: (非想非非想處解脫) đạt đến mức định Phi tưởng phi phi tưởng xứ.
   8. Diệt tận định giải thoát: (滅盡定解脫) đạt mức định Diệt thọ tưởng xứ.

đem một bữa ăn mà thí cho tất cả, cúng dường chư Phật với Hiền Thánh Tăng, làm được như vậy rồi mới nên ăn. Người ăn như vậy, chẳng phải có phiền não, chẳng phải lìa phiền não, chẳng phải vào định ý, chẳng phải ra định ý, chẳng phải trụ thế gian, chẳng phải trụ Niết-bàn. Ai thí cho người ấy, không có phước lớn, không có phước nhỏ, chẳng làm lợi ích, chẳng làm tổn hại. Đó là vào Phật đạo một cách chánh trực, chẳng nương theo Thanh văn.

'Thưa ngài, nếu mình ăn được như vậy là chẳng ăn luống của người ta thí.'

"Thế Tôn! Lúc ấy, nghe thuyết như vậy, con được việc chưa từng có! Liền đó, đối với tất cả Bồ Tát, con khởi lòng kính trọng một cách sâu đậm. Con lại nghĩ rằng: 'Ông ấy có gia thế danh tiếng, nên trí tuệ biện tài mới được như vậy. Ai nghe mà chẳng phát tâm A-nậu-đa-la Tam-miệu Tam-bồ-đề?' Từ đó về sau, con chẳng còn khuyên người ta theo hạnh Thanh văn và hạnh Bích chi Phật. Vậy nên con chẳng đủ sức đảm nhận việc đến đó thăm bệnh ông ấy."

Phật bảo Tu-bồ-đề:[1] "Ông hãy đến nhà Duy-ma-cật mà thăm hỏi bệnh ông ấy."

Tu-bồ-đề bạch Phật rằng: "Thế Tôn! Con chẳng đủ sức đảm nhận việc đến thăm bệnh ông ấy. Nguyên do là thế này. Con còn nhớ lúc trước, con có vào nhà ông ấy mà khất thực. Bấy giờ, Duy-ma-cật rước lấy

---

[1] Tu-bồ-đề (Sanskrit, Pāli: Subhūti), dịch nghĩa là: Thiện hiện, Thiện cát, Thiện nghiệp. Một vị đại đệ tử của Phật, được Phật nhận là Giải Không đệ nhất trong các đệ tử của ngài.

bát, đơm đầy cơm, rồi nói với con rằng: 'Dạ, thưa ngài Tu-bồ-đề! Nếu mình có thể xem các món ăn đều như nhau thì các pháp cũng bình đẳng như nhau. Các pháp bình đẳng như nhau thì các món ăn cũng bình đẳng như nhau. Nếu ngài khất thực được như vậy, mới có thể nhận lãnh món ăn. Như Tu-bồ-đề chẳng cắt đứt dâm, nộ, si, cũng chẳng chung cùng với ba thứ ấy. Chẳng bỏ cái thân, nhưng tùy theo cái tướng duy nhất. Chẳng dứt si ái, khởi ra giải thoát. Dùng năm tướng nghịch mà được giải thoát. Cũng chẳng có cởi mở, chẳng có trói buộc. Chẳng thấy bốn đế,[1]

---

[1] Bốn đế (Tứ diệu đế 四妙諦; Sanskrit: **catvāri ārya-satyāni**; Pāli: **cattāri ariya-saccāni**; cũng gọi là Tứ thánh đế (四聖諦): bốn chân lí cao cả, là một trong các giáo lý cơ bản của đạo Phật. Bốn chân lí đó là:

1. Khổ đế (苦諦; Sanskrit: **duḥkhasatya**), chân lí về sự khổ, chỉ ra mọi dạng tồn tại đều mang tính chất khổ não, không trọn vẹn. Sinh, lão bệnh, tử, xa lìa điều mình ưa thích, không đạt sở nguyện, đều là khổ. Sâu xa hơn, bản chất của năm nhóm thân tâm, Ngũ uẩn (五蘊; Sanskrit: **pañcaskandha**; Pāli: **pañcakhandha**), là các điều kiện tạo nên cái ta, đều là khổ.

2. Tập khổ đế (集苦諦; Sanskrit: **samudayasatya**), chân lí về sự phát sinh của khổ, chỉ ra rằng nguyên nhân của khổ là sự ham muốn, là ái (愛; Sanskrit: **tṛṣṇā**; Pāli: **taṇhā**) hay ái dục, tìm sự thoả mãn dục vọng, thoả mãn được trở thành, thoả mãn được hoại diệt. Các loại ham muốn này là gốc của luân hồi (輪迴; Sanskrit, Pāli: **saṃsāra**).

3. Diệt khổ đế (滅苦諦; Sanskrit: **duḥkhanirodhasatya**), chân lí về diệt khổ, chỉ ra rằng một khi gốc của mọi tham ái được diệt bỏ thì sự khổ cũng chấm dứt.

4. Đạo đế (道諦; Sanskrit: **mārgasatya**), chân lí về con đường dẫn đến diệt khổ, chỉ ra phương pháp để diệt khổ là con đường chân chánh (Bát chánh đạo).

chẳng phải chẳng thấy bốn đế. Chẳng phải đắc quả, chẳng phải chẳng đắc quả. Chẳng phải phàm phu, chẳng phải lìa pháp phàm phu. Chẳng phải thánh nhân, chẳng phải khác thánh nhân. Tuy thành tựu tất cả pháp, nhưng lìa khỏi tướng các pháp. Như vậy mới có thể nhận lãnh món ăn.'

'Nếu Tu-bồ-đề chẳng gặp Phật thì sáu thầy ngoại đạo[1] kia: Phú-lan-na Ca-diếp, Mạt-già-lê Câu-xa-lê tử, Xan-xà-dạ Tỳ-la-đê tử, A-kỳ-đa Sí-xá-khâm-bà-la, Ca-la-cưu-đà Ca-chiên-diên, Ni-kiền-đà Nhã-đề tử sẽ là thầy của ngài. Ngài xuất gia theo họ, nhân họ đọa lạc nên ngài cũng theo đó mà đọa lạc. Như vậy mới có thể nhận lãnh món ăn.'

Người không thấu hiểu Tứ diệu đế tức là còn bị Vô minh (無明; Sanskrit: avidyā; Pāli: avijjā) che lấp. Thông qua sự khám phá ra Tứ diệu đế, đức Phật đạt đến sự giác ngộ (覺; Sanskrit, Pāli: bodhi). Ngài bắt đầu giáo hoá chúng sinh bằng giáo pháp này tại Lộc uyển.

[1] Sáu thầy ngoại đạo (Lục sư ngoại đạo): Sáu vị luận sư lớn đồng thời với Phật, chủ trương những giáo lý trái với lời Phật dạy. Sáu vị ấy là:

1. Xan-xà-dạ Tỳ-la-đê tử (刪闍夜毘羅胝子, Pāli: Sañjaya-velaṭṭhi-putta).
2. A-kì-đa Sí-xá-khâm-bà-la (阿耆多翅舍欽婆羅, Pāli: Ajita-kesa-kambarin).
3. Mạt-già-lê Câu-xa-lê tử (末伽梨拘賒梨子, Pāli: Makkhali-gosāla).
4. Phú-lan-na Ca-diếp (富蘭那迦葉, Pāli: Purāṇa-kassapa).
5. Ca-la-cưu-đà Ca-chiên-diên (迦羅鳩馱迦旃延, Pāli: Pakudha-kaccāyana).
6. Ni-kiền-đà Nhã-đề tử (尼犍陀若提子, Pāli: Nigaṇṭha-nātaputta).

'Nếu Tu-bồ-đề vào các ý kiến tà, chẳng tới bờ bên kia, ở nơi tám nạn, chẳng đặng khỏi nạn, đồng với phiền não, lìa pháp thanh tịnh. Ngài được Tam-muội Vô tranh, tất cả chúng sinh cũng được phép định ấy. Những người thí cho ngài, chẳng phải là phước điền. Những kẻ cúng dường cho ngài, đọa vào ba nẻo dữ. Ngài bắt tay với chúng ma, làm bạn với ma. Ngài chẳng khác chi chúng ma và các phiền não trần lao. Ngài có lòng oán hận đối với tất cả chúng sinh. Ngài chê Phật, khinh Pháp, chẳng gia nhập Tăng-già, rốt cuộc chẳng vào Niết-bàn. Nếu ngài được như vậy, mới có thể nhận lãnh món ăn.'

"Bạch Thế Tôn! Lúc ấy nghe như vậy, con lấy làm hoang mang. Chẳng hiểu ông ấy nói gì, chẳng biết trả lời làm sao! Con liền đặt bát xuống, định ra khỏi nhà ông ấy.

"Duy-ma-cật nói: 'Dạ, Tu-bồ-đề, xin ngài hãy cầm lấy bát, đừng sợ. Ý ngài nghĩ sao, như đức Như Lai có tạo ra những người ảo hóa, nếu tôi đem việc ấy mà hỏi ngài, ngài có sợ chăng?' Con đáp lại: 'Không sợ.' Duy-ma-cật liền nói: 'Tất cả các pháp dường như tướng ảo hóa, nay ngài không nên sợ chi cả. Tại sao vậy? Tất cả lời nói cũng chẳng lìa khỏi tướng ảo hóa ấy. Cho đến bậc trí giả cũng chẳng chấp trước văn tự. Cho nên không có chi phải sợ. Vì lẽ gì vậy? Tánh của văn tự là lìa. Không có văn tự, đó là giải thoát. Tướng của giải thoát, đó là các pháp.'

"Duy-ma-cật thuyết thời pháp ấy rồi, hai trăm vị tiên trên trời liền đắc Pháp nhãn tịnh. Vậy nên con chẳng đủ sức đảm nhận việc đến thăm bệnh ông ấy."

Phật bảo Phú-lâu-na Di-đa-la-ni tử:[1] "Ông hãy đến nhà Duy-ma-cật mà thăm hỏi bệnh ông ấy."

Phú-lâu-na bạch Phật rằng: "Bạch Thế Tôn! Con chẳng đủ sức đảm nhận việc đến đó thăm bệnh ông ấy. Nguyên do là thế này. Con còn nhớ lúc trước, khi con ở tại một khu rừng lớn, dưới một cội cây, thuyết pháp với những tỳ-kheo mới tu học. Bấy giờ, Duy-ma-cật đến bảo con rằng: 'Dạ, thưa ngài Phú-lâu-na! Trước hết ngài nên nhập định, quán xét tâm tánh của những người này, rồi sau đó mới nên thuyết pháp. Đừng đặt món ăn dơ vào cái bát quý. Nên biết chỗ niệm tưởng trong tâm của những tỳ-kheo này. Đừng cho rằng ngọc lưu ly này đồng hàng với thủy tinh kia. Ngài chẳng biết được căn cơ của chúng sinh, không được phát khởi bằng pháp Tiểu thừa. Tự người ta không có dấu vết, đừng gây thương tích cho họ. Người ta muốn đi đường lớn, đừng chỉ nẻo nhỏ cho họ. Đừng đem biển cả mà nhét vào dấu chân bò. Đừng đặt ánh sáng mặt trời ngang hàng với nháng lửa đom đóm.'

'Thưa ngài Phú-lâu-na! Những tỳ-kheo này đã phát tâm Đại thừa từ lâu. Giữa chừng, họ quên ý ấy. Sao nay ngài dẫn dắt họ bằng pháp Tiểu thừa? Tôi nhìn thấy trí tuệ Tiểu thừa là hạn hẹp, giống như những kẻ mù, chẳng phân biệt được căn tánh lanh lợi với chậm lụt của tất cả chúng sinh.'

---

[1] Phú-lâu-na Di-đa-la-ni tử (Sanskrit: Purṇa-maitrāyaniputra), dịch nghĩa: Mãn từ tử. Một vị đại đệ tử của Phật, được Phật nhận là Thuyết pháp đệ nhất trong các đệ tử của ngài.

ĐỆ TỬ

"Lúc ấy, Duy-ma-cật liền vào Tam-muội, khiến các tỳ-kheo ấy nhớ lại đời trước của mình. Các vị đã từng trồng căn lành đối trước năm trăm đức Phật, hồi hướng cầu thành quả Phật. Ngay khi ấy, các vị sáng bừng, lấy trở lại tấm lòng xưa của mình. Lúc đó, chư tỳ-kheo đảnh lễ sát chân Duy-ma-cật.

"Liền đó, Duy-ma-cật thuyết pháp với các vị. Đối với quả Phật, các vị không còn thối chuyển. Từ đó con luôn nghĩ rằng, vị Thanh văn nào chẳng quán thấy căn tánh của người ta, chẳng nên thuyết pháp. Vậy nên con chẳng đủ sức đảm nhận việc đến đó thăm bệnh ông ấy."

Phật bảo Ma-ha Ca-chiên-diên:[1] "Ông hãy đến nhà Duy-ma-cật mà thăm hỏi bệnh ông ấy."

Ca-chiên-diên bạch Phật: "Bạch Thế Tôn! Con chẳng đủ sức đảm nhận việc đến đó thăm bệnh ông ấy. Nguyên do là thế này. Con còn nhớ lúc trước, Phật thuyết sơ lược những chỗ cốt yếu của pháp với chư tỳ-kheo. Sau đó, con diễn rộng nghĩa của những chỗ cốt yếu ấy, là nghĩa vô thường, nghĩa khổ, nghĩa không, nghĩa vô ngã, nghĩa tịch diệt. Bấy giờ, Duy-ma-cật đến bảo con rằng: 'Dạ, thưa ngài Ca-chiên-diên! Đừng đem tâm hạnh sinh diệt mà nói pháp thật tướng.

'Thưa ngài Ca-chiên-diên! Các pháp tất cánh chẳng sinh, chẳng diệt: đó là nghĩa vô thường. Năm

---

[1] Ma-ha Ca-chiên-diên (Sanskrit: **Mahā-kātyāyana**): Một vị đại đệ tử của Phật, được Phật nhận là Luận nghĩa đệ nhất trong các đệ tử của ngài.

ấm mà người ta thọ lấy, đều trống rỗng, không không, chẳng có chỗ khởi: đó là nghĩa khổ. Các pháp rốt cuộc không có sở hữu: đó là nghĩa không. Ngã và vô ngã vốn chẳng hai: đó là nghĩa vô ngã. Pháp xưa chẳng cháy, nay cũng chẳng tắt: đó là nghĩa tịch diệt.'

"Duy-ma-cật thuyết thời pháp ấy xong, tâm ý chư tỳ-kheo đều được giải thoát. Vậy nên con chẳng đủ sức đảm nhận việc đến thăm bệnh ông ấy."

Phật bảo A-na-luật:[1] "Ông hãy đến nhà Duy-ma-cật mà thăm hỏi bệnh ông ấy."

A-na-luật bạch Phật: "Bạch Thế Tôn! Con chẳng đủ sức đảm nhận việc đến thăm bệnh ông ấy. Nguyên do là thế này. Con còn nhớ lúc trước, khi con đang kinh hành tại một nơi kia. Bấy giờ có vị Phạm vương tên là Nghiêm Tịnh, có một một muôn vị Phạm thiên theo hầu. Phạm vương ấy phóng hào quang trong sạch, đi lại chỗ con, cúi đầu lễ lạy, hỏi con rằng: 'Thưa ngài A-na-luật! Thiên nhãn của ngài thấy được bao xa?'

"Con liền đáp rằng: 'Nhân giả! Ta thấy rõ cõi Phật này của đức Thích-ca Mâu-ni, trọn thế giới tam thiên đại thiên, cũng như người ta nhìn trái am-ma-lặc để trong lòng bàn tay.'

"Bấy giờ, Duy-ma-cật đi đến bảo con rằng: 'Dạ, thưa ngài A-na-luật! Chỗ thấy của thiên nhãn là

---

[1] A-na-luật, cũng viết: A-nậu-lâu-đà (Sanskrit: Aniruddha), dịch nghĩa: Như ý, Vô tham, Bất Diệt, Vô Diệt. Một vị đại đệ tử của Phật, được Phật nhận là Thiên nhãn đệ nhất trong các đệ tử của ngài.

tướng tạo tác hay tướng không tạo tác? Giả sử là tướng tạo tác, thì cũng như năm phép thần thông[1] của ngoại đạo. Nếu là tướng không tạo tác, tức là vô vi. Như vậy, chẳng nên thấy.'

"Thế Tôn! Lúc ấy con nín lặng. Những vị Phạm thiên nghe Duy-ma-cật nói, được sự chưa từng có. Liền đảnh lễ ông ấy, hỏi rằng: 'Thưa ngài, vậy trong đời này ai có thiên nhãn chân thật?'

---

[1] Năm phép thần thông (Ngũ thông): Là các phép thần thông đạt được do sự tu tập. Ngoại đạo cũng đạt những thần thông này nhưng còn bị trói buộc, giới hạn, không giống như của bậc giác ngộ chân chánh. Các phép đó là:
 1. Thần túc thông: Có thể đi lại bất kì nơi nào tùy ý.
 2. Thiên nhãn thông: Có thể thấy được suốt khắp.
 3. Thiên nhĩ thông: Có thể nghe được mọi chuyện.
 4. Tha tâm thông: Có thể thấu rõ ý nghĩ trong tâm người khác.
 5. Túc mệnh thông: Có thể biết rõ những kiếp trước.

Các phép thần thông này khi đạt đến bằng sự giác ngộ hoàn toàn sẽ là:
 1. Thần cảnh trí chứng thông (神境智證通), cũng gọi là Thần cảnh thông (神境通), Thần túc thông (神足通), Thân như ý thông (身如意通), Như ý thông (如意通).
 2. Thiên nhãn trí chứng thông (天眼智證通), cũng gọi là Thiên nhãn trí thông (天眼智通), Thiên nhãn thông (天眼通).
 3. Thiên nhĩ trí chứng thông (天耳智證通), còn gọi Thiên nhĩ trí thông (天耳智通), Thiên nhĩ thông (天耳通).
 4. Tha tâm trí chứng thông (他心智證通), hoặc Tha tâm trí thông (他心智通), Tri tha tâm thông (知他心通), Tha tâm thông (他心通).
 5. Túc trú tùy niệm trí chứng thông (宿住隨念智證通), cũng gọi là Túc trú trí thông (宿住智通), Thức túc mệnh thông (識宿命通), Túc mệnh thông (宿命通).

"Duy-ma-cật đáp: 'Chỉ có Phật Thế Tôn được thiên nhãn chân thật mà thôi. Ngài thường trụ nơi Tam-muội, thấy hết các nước Phật, chẳng dùng hai tướng tạo tác và không tạo tác.'

"Lúc ấy, Phạm vương Nghiêm Tịnh với quyến thuộc của mình là năm trăm Phạm thiên đều phát tâm A-nậu-đa-la Tam-miệu Tam-bồ-đề. Các vị ấy đảnh lễ dưới chân Duy-ma-cật xong, bỗng nhiên biến mất. Vậy nên con chẳng đủ sức đảm nhận việc đến thăm bệnh ông ấy."

Phật bảo Ưu-ba-ly:[1] "Ông hãy đến nhà Duy-ma-cật mà thăm hỏi bệnh ông ấy."

Ưu-ba-ly bạch Phật: "Bạch Thế Tôn! Con chẳng đủ sức đảm nhận việc đến thăm bệnh ông ấy. Nguyên do là thế này. Con còn nhớ lúc trước, có hai tỳ-kheo phạm luật hạnh. Vì hổ thẹn, hai vị ấy chẳng dám hỏi Phật. Bèn đến hỏi con rằng: 'Dạ, thưa ngài Ưu-ba-ly! Chúng tôi phạm luật, thật lấy làm hổ thẹn, nhưng chẳng dám hỏi Phật. Xin ngài cởi mở lòng nghi hối cho chúng tôi, để chúng tôi khỏi các tội lỗi.' Con liền theo như pháp mà giải thuyết với hai vị ấy.

"Bấy giờ, Duy-ma-cật đến bảo con rằng: 'Dạ, thưa ngài Ưu-ba-ly! Xin đừng kết thêm tội cho hai tỳ-kheo ấy, nên trừ dứt ngay đi. Đừng làm rối lòng họ. Tại sao vậy? Tội tánh kia chẳng ở trong, chẳng ở ngoài, chẳng ở khoảng giữa. Như Phật có dạy: Tâm

---

[1] Ưu-ba-ly (Upāli), dịch nghĩa là Cận thủ, Cận chấp. Một vị đại đệ tử của Phật, được Phật nhận là Trì luật đệ nhất trong các đệ tử của ngài.

chẳng tịnh, cho nên chúng sinh chẳng tịnh. Tâm thanh tịnh, cho nên chúng sinh thanh tịnh. Tâm cũng chẳng ở trong, chẳng ở ngoài, chẳng ở khoảng giữa. Như tâm mình cháy bừng, tội dơ cũng cháy bừng, các pháp cũng cháy bừng, chẳng ra khỏi cảnh như như.

'Thưa ngài Ưu-ba-ly! Như khi ngài dùng tâm tướng mà được giải thoát, há còn có sự dơ nhớp nữa chăng?'

"Con đáp: 'Không.'

"Duy-ma-cật nói: 'Tâm tướng không dơ nhớp của tất cả chúng sinh lại cũng như vậy.'

'Dạ, thưa ngài Ưu-ba-ly! Vọng tưởng là dơ, không vọng tưởng là sạch. Điên đảo là dơ, không điên đảo là sạch. Giữ lấy cái ta là dơ, chẳng giữ lấy cái ta là sạch.

'Tất cả các pháp sinh diệt chẳng ngừng, chúng như ảo hóa, như lằn chớp. Các pháp chẳng chờ nhau, cho đến trong một niệm cũng chẳng hề ngừng lại. Các pháp đều là vọng kiến, như chiêm bao, như nháng lửa, như mặt trăng dưới nước, như hình trong gương. Chúng nó do vọng tưởng mà sinh ra. Ai biết như vậy, gọi là người phụng trì giới luật. Ai biết như vậy, gọi là người hiểu rành.'

"Lúc ấy, hai vị tỳ-kheo nói rằng: 'Trí cao thượng thay! Ngài Ưu-ba-ly đây chẳng bì kịp. Người giữ luật bậc nhất[1] mà chẳng thuyết diễn được!'

---

[1] Người giữ luật bậc nhất (Trì luật chi thượng): tức là Ưu-ba-ly.

"Con liền đáp rằng: 'Trừ ra đức Như Lai, chưa có vị Thanh văn, Bồ Tát nào chế phục được trang biện tài lạc thuyết ấy! Trí tuệ của ông sáng suốt như vậy đó.'

"Lúc ấy, hai vị tỳ-kheo liền dứt được nghi hối, phát tâm A-nậu-đa-la Tam-miệu Tam-bồ-đề. Hai vị ấy phát nguyện rằng: 'Cầu cho tất cả chúng sinh đều được biện tài như thế.'

"Vậy nên con chẳng đủ sức đảm nhận việc đến thăm bệnh ông ấy."

Phật bảo La-hầu-la:[1] "Ông hãy đến nhà Duy-ma-cật mà thăm hỏi bệnh ông ấy."

La-hầu-la bạch Phật: "Thế Tôn! Con chẳng đủ sức đảm nhận việc đến đó thăm bệnh ông ấy. Nguyên do là thế này. Con còn nhớ lúc trước, một số chàng con nhà trưởng giả ở Tỳ-da-ly có đi lại chỗ con ngụ, đảnh lễ con và hỏi rằng: 'Dạ, thưa ngài La-hầu-la! Ngài là con của Phật, đã bỏ ngôi Chuyển luân vương xuất gia học đạo. Việc xuất gia của ngài có những lợi ích gì?'

"Con liền y theo pháp, nói với những người ấy về lợi ích, công đức của việc xuất gia.

"Bấy giờ, Duy-ma-cật đến bảo con rằng: 'Dạ,

---

[1] La-hầu-la (Sanskrit: **Rāhula**), dịch nghĩa: Phú chướng (che án, trói buộc), con trai của thái tử Tất-đạt-đa và công chúa Da-du-đà-la. Sau khi Phật thành đạo, La-hầu-la cũng xuất gia làm đệ tử Phật, đắc quả A-la-hán, được Phật nhận là Mật hạnh đệ nhất trong các đệ tử của ngài.

thưa ngài La-hầu-la! Ngài chẳng nên nói những lợi ích công đức của việc xuất gia. Người ta có thể nói pháp hữu vi có lợi ích, có công đức, nhưng xuất gia là pháp vô vi. Trong pháp vô vi, không có lợi ích, không có công đức.

'Thưa ngài La-hầu-la! Nếu xuất gia thì không có bên này, không có bên kia, cũng không có khoảng giữa. Lìa sáu mươi hai kiến giải,¹ trụ nơi Niết-bàn. Kẻ trí giả thọ pháp ấy, bậc thánh nhân hành pháp ấy. Hàng phục các ma, vượt qua năm nẻo,² giữ sạch năm thứ mắt,³ được năm sức, dụng năm căn, chẳng

---

¹ Sáu mươi hai kiến giải (Lục thập nhị kiến, 六十二見), gồm có:
  1. Kể rằng sắc là ta
  2. Kể rằng sắc lìa ta
  3. Kể rằng sắc lớn ta nhỏ, ta lớn sắc nhỏ
  4. Kể rằng ta lớn sắc lớn, ta nhỏ sắc nhỏ

Đối với Thọ, Tưởng, Hành, Thức cũng có kiến giải như vậy. Tức là 5 x 4 = 20 kiến giải. Lại nhân cho ba đời: quá khứ, hiện tại, vị lai, thành: 20 x 3 = 60 kiến giải, thuộc về Ngã kiến. Lại hợp với Đoạn kiến và Thường kiến, thành 62 kiến giải. Đó là các kiến giải sai lầm của ngoại đạo.

² Năm nẻo (Ngũ đạo): Địa ngục (地獄), Ngạ quỉ (餓鬼), Súc sinh (畜生), Nhân gian (人間), và Thiên thượng (天上). Cũng viết là Ngũ thú (五趣; Sanskrit: **gati-pañcaka**).

³ Năm thứ mắt (Ngũ nhãn 五眼 Sanskrit: **pañcacakṣuṃṣi**) Bao gồm:
  1. Nhục nhãn (肉眼; Sanskrit: **māṃsacakṣus**): mắt thịt, mắt thường của người phàm phu.
  2. Thiên nhãn (天眼; Sanskrit: **divyacakṣus**): mắt của chư thiên, có thể nhìn thấy được những hiện tượng siêu nhiên, quá khứ, vị lai, địa ngục ...
  3. Pháp nhãn (法眼; Sanskrit: **dharmacakṣus**): mắt pháp, thấy được sự đa dạng của các pháp hiện hữu.

não loạn người khác, lìa các xấu xa lộn xộn, dẹp các ngoại đạo, vượt khỏi giả danh, ra khỏi bùn lầy, không tự buộc trói vướng mắc, không có cái gì của mình, không thọ lãnh vật gì, tâm mình chẳng rối loạn, vui theo ý người khác, tùy theo thiền định, lìa các chỗ sai lầm. Nếu được như vậy là xuất gia chân thật.'

"Lúc ấy, Duy-ma-cật nói với những người con nhà trưởng giả rằng: 'Các ông nên cùng nhau xuất gia, ở trong Chánh pháp. Tại sao vậy? Vì rất khó gặp Phật ra đời.'

"Những người con nhà trưởng giả nói rằng: 'Cư sĩ! Chúng tôi có nghe Phật dạy rằng: Cha mẹ chẳng cho phép, chẳng được xuất gia.'

"Duy-ma-cật nói: 'Đúng vậy! Các ông nên phát tâm A-nậu-đa-la Tam-miệu Tam-bồ-đề. Như vậy tức là xuất gia, như vậy tức là đầy đủ.'

"Lúc ấy, ba mươi hai người con nhà trưởng giả đều phát tâm A-nậu-đa-la Tam-miệu Tam-bồ-đề. Vậy nên con chẳng đủ sức đảm nhận việc đến thăm bệnh ông ấy."

Phật bảo A-nan:[1] "Ông hãy đến nhà Duy-ma-cật mà thăm hỏi bệnh ông ấy."

---

4. Huệ nhãn (慧眼; Sanskrit: **prajñācakṣus**): mắt trí tuệ, nhìn thấu suốt được tính không (Sanskrit: **śūnyatā**) của các pháp.

5. Phật nhãn (佛眼; Sanskrit: **buddhacakṣus**): mắt của bậc giác ngộ, nhìn thấu suốt thể tính của mọi sự vật.

[1] A-nan hay A-nan-đà (**Ānanda**), dịch nghĩa: Hoan hỷ, Khánh hỷ. Là vị đại đệ tử thường hầu bên Phật, được Phật nhận là Đa văn đệ nhất trong các đệ tử xuất gia của Phật.

ĐỆ TỬ

A-nan bạch Phật: "Thế Tôn! Con chẳng đủ sức đảm nhận việc đến thăm bệnh ông ấy. Nguyên do là thế này. Con còn nhớ lúc trước, thân Thế Tôn có chút bệnh cần dùng sữa bò. Con liền ôm bát, đến đứng ở cửa nhà một người bà-la-môn. Bấy giờ, Duy-ma-cật đến hỏi con rằng: 'Dạ, thưa ngài A-nan! Tại sao sáng sớm ngài đã ôm bát đứng đó?'

"Con đáp rằng: 'Cư sĩ, thân Thế Tôn có chút bệnh, cần dùng sữa bò, cho nên tôi đến đây.'

"Duy-ma-cật nói: 'Thôi, thôi, A-nan! Đừng thốt ra lời ấy! Thân Như Lai là thể kim cang, đã dứt hết mọi điều xấu ác, tụ hội mọi điều thiện. Làm sao có bệnh? Làm sao có não?

'Hãy im lặng mà đi, A-nan! Đừng bêu xấu Như Lai. Đừng cho kẻ lạ nghe lời thô thiển ấy. Đừng để chư thiên đại oai đức cùng chư Bồ Tát các cõi Tịnh độ phương khác đến đây nghe được lời ấy.'

'A-nan! Bậc Chuyển luân Thánh vương nhờ phước ít mà còn không có bệnh. Huống chi Như Lai, vô lượng phước đức tụ hội, hơn khắp mọi người!'

'Đi đi, A-nan! Đừng để chúng tôi mang điều sỉ nhục ấy. Các thầy ngoại đạo nếu nghe được lời ấy, họ sẽ nghĩ rằng: Như vậy sao đáng gọi là thầy? Bệnh mình chẳng cứu chữa được, há cứu chữa được bệnh người khác sao? Ông nên mau lui bước cho kín nhẹm, đừng để người ta nghe biết.'

'A-nan nên biết, thân của các vị Như Lai là pháp thân, chẳng phải thân do ái dục sinh. Phật được thế gian tôn trọng, hơn hết chúng sinh trong ba cõi. Thân Phật không có phiền não, các phiền não đã dứt hết. Thân Phật là vô vi, chẳng bị khép vào số mệnh. Cái thân như vậy, há có bệnh tật gì?'

"Thế Tôn! Lúc ấy, con thật mang lòng hổ thẹn, chẳng lẽ được gần Phật mà nghe lầm sao? Con liền nghe có tiếng phát ra từ không trung rằng: 'A-nan! Đúng như lời cư sĩ, chẳng qua Phật ra đời nơi thế giới xấu xa có năm điều ô trược, nên ngài thị hiện thi hành pháp ấy để độ thoát chúng sinh. A-nan, đi đi! Hãy nhận lãnh sữa, đừng thẹn.'

"Thế Tôn! Trí tuệ biện tài của Duy-ma-cật là như vậy đó. Vậy nên con chẳng đủ sức đảm nhận việc đến đó thăm bệnh ông ấy."

Cứ như vậy, lần lượt năm trăm đại đệ tử,[1] mỗi vị đều nói ra duyên cớ trước đây của mình, xưng thuật lời lẽ của Duy-ma-cật. Thảy đều biết rằng mình chẳng đủ sức đảm nhận việc đến thăm bệnh.

---

[1] Năm trăm đại đệ tử: Ở đoạn đầu phẩm thứ nhất có nói: Phật ngự tại thành Tỳ-da-ly, trong vườn cây am-la, với đại chúng tỳ-kheo là tám ngàn người. Trong tám ngàn vị ấy, có năm trăm đại đệ tử cao trổi hơn hết, thảy đều tự nhận mình thua kém cư sĩ Duy-ma-cật, chẳng dám đến thăm hỏi bệnh của ông. Ngay cả các vị Xá-lợi-phất cho đến A-nan là mười đại đệ tử có tài đức và trí tuệ sáng suốt nhất của Phật, mỗi vị có một sở trường bậc nhất, thế mà thảy đều tự nhận mình thua kém cư sĩ Duy-ma-cật.

PHẨM THỨ TƯ
BỒ TÁT

Lúc ấy, Phật bảo Bồ Tát Di-lặc:[1] "Ông hãy đến nhà Duy-ma-cật mà thăm hỏi bệnh ông ấy."

Bồ Tát Di-lặc bạch Phật: "Thế Tôn! Con chẳng đủ sức đảm nhận việc đến đó thăm bệnh ông ấy. Nguyên do là thế này. Con còn nhớ lúc trước, con vì vị Thiên vương ở cung trời Đâu-suất cùng quyến thuộc mà giảng thuyết công hạnh của địa vị Bất thối chuyển. Bấy giờ, Duy-ma-cật đến bảo con rằng: 'Thưa Bồ Tát Di-lặc! Đức Thế Tôn có thọ ký cho nhân giả: Một đời nữa, ngài sẽ đắc quả A-nậu-đa-la Tam-miệu Tam-bồ-đề. Do đời sống nào mà được sự thọ ký ấy? Đời quá khứ chăng? Đời vị lai chăng? Đời hiện tại chăng? Nếu là đời quá khứ, thì đời quá khứ đã dứt. Nếu là đời vị lai, thì đời vị lai chưa tới. Nếu là đời hiện tại, thì đời hiện tại không trụ. Như Phật có dạy: Tỳ-kheo! Ngay lúc này đây các ông vừa sinh ra, vừa già đi, vừa diệt mất. Nếu do vô sinh mà được thọ ký, thì vô sinh tức là chánh vị. Đối với chánh vị, không có việc thọ ký, cũng không có việc đắc A-nậu-đa-la Tam-miệu Tam-bồ-đề. Làm sao Di-lặc được thọ ký một đời sinh ra nữa? Là theo như sinh mà

---

[1] Bồ Tát Di-lặc (Sanskrit: **Maitreya**, Pāli : **Metteyya**) dịch nghĩa là Từ Thị (慈氏), cũng có tên khác là Vô Năng Thắng (無能勝, Sanskrit, Pāli: **Ajita**), hoặc theo âm Hán Việt là A-dật-đa.

được thọ ký chăng? Là theo như diệt mà được thọ ký chăng? Nếu là theo như sinh mà được thọ ký thì như không có sinh. Nếu là theo như diệt mà được thọ ký thì như không có diệt. Tất cả chúng sinh đều là như. Tất cả các pháp cũng là như. Các vị thánh hiền cũng là như. Cho đến Di-lặc cũng là như. Nếu Di-lặc được thọ ký, tất cả chúng sinh lẽ ra cũng được thọ ký. Tại sao vậy? Nếu là như, thì chẳng hai, chẳng khác. Nếu Di-lặc đắc quả A-nậu-đa-la Tam-miệu Tam-bồ-đề,[1] tất cả chúng sinh lẽ ra cũng đều đắc quả. Tại sao vậy? Tất cả chúng sinh tức là tướng Bồ-đề. Nếu Di-lặc được diệt độ, tất cả chúng sinh cũng sẽ được diệt độ. Tại sao vậy? Chư Phật biết rằng tất cả chúng sinh tất cánh tịch diệt, tức là tướng Niết-bàn, chẳng còn sự diệt độ nào nữa.

Vì vậy, ngài đừng đem pháp ấy mà khuyến dụ chư thiên tử.[2] Thật không có việc phát tâm A-nậu-đa-la Tam-miệu Tam-bồ-đề, cũng không có việc thối chuyển.

'Di-lặc! Ngài nên khiến chư thiên tử ấy lìa bỏ ý kiến phân biệt Bồ-đề. Tại sao vậy? Bồ-đề ấy, không thể dùng thân mà được, cũng không thể dùng tâm mà được.

---

[1] Khi một vị Bồ Tát giác ngộ viên mãn, thành Phật, gọi là đắc quả A-nậu-đa-la Tam-miệu Tam-bồ-đề. Đây là cách phiên âm từ tiếng Phạn **anuttarā-saṃyak-saṃbodhi**, Hán dịch nghĩa là Vô thượng chánh đẳng chánh giác (無上正等正覺), mô tả sự giác ngộ viên mãn của một vị Phật.

[2] Thiên tử (Sanskrit: **Devatā**), dịch âm là Đề-bà, chỉ những vị thuộc nam giới cư trú ở cõi trời, dưới quyền vị thiên vương hay thiên chủ. Còn những vị thuộc nữ giới gọi là thiên nữ.

'Tịch diệt là Bồ-đề, vì dứt hết các tướng. Chẳng quán sát là Bồ-đề, vì lìa khỏi các duyên. Chẳng hành động là Bồ-đề, vì không nhớ tưởng chi cả. Đoạn tuyệt là Bồ-đề, vì bỏ hết các ý kiến. Lìa bỏ là Bồ-đề, vì lìa khỏi các vọng tưởng. Ngăn trở là Bồ-đề, vì ngăn trở các sở nguyện. Chẳng vào là Bồ-đề, vì không có tham trước. Thuận là Bồ-đề, vì thuận theo lẽ như. Trụ là Bồ-đề, vì trụ nơi tánh pháp. Đến là Bồ-đề, vì đến chỗ thực tế. Chẳng hai là Bồ-đề, vì lìa ý và pháp. Bình đẳng là Bồ-đề, vì bình đẳng như hư không. Vô vi là Bồ-đề, vì không có những sự: sinh, trụ, diệt. Biết là Bồ-đề, vì rõ được tâm hạnh của chúng sinh. Chẳng hội là Bồ-đề, vì các nhập chẳng hội nhau. Chẳng hiệp là Bồ-đề, vì lìa khỏi thói quen phiền não. Chẳng có xứ sở là Bồ-đề, vì không có hình sắc. Tiếng tạm gọi là Bồ-đề, vì danh tự vốn không. Như ảo hóa là Bồ-đề, vì không lấy, không bỏ. Không loạn là Bồ-đề, vì tự mình yên tĩnh. Thường tịch là Bồ-đề, vì tánh thanh tịnh. Không nắm giữ là Bồ-đề, vì lìa khỏi phan duyên. Không khác lạ là Bồ-đề, vì các pháp như nhau. Không thể so sánh là Bồ-đề, vì không thể ví dụ. Vi diệu là Bồ-đề, vì các pháp khó biết.'

"Thế Tôn! Duy-ma-cật thuyết thời pháp ấy xong, hai trăm vị thiên tử được pháp nhẫn Vô sinh. Vậy nên con chẳng đủ sức đảm nhận việc đến thăm bệnh ông ấy."

Phật bảo Đồng tử Quang Nghiêm: "Ông hãy đến nhà Duy-ma-cật mà thăm hỏi bệnh ông ấy.

Quang Nghiêm bạch Phật rằng: "Thế Tôn! Con chẳng đủ sức đảm nhận việc đến đó thăm bệnh ông ấy. Nguyên do là thế này. Con còn nhớ lúc trước, con đi ra ngoài thành lớn Tỳ-da-ly. Bấy giờ, Duy-ma-cật mới vừa đi vào thành. Con liền làm lễ ông ấy và hỏi rằng: 'Cư sĩ từ đâu lại đây?'

"Cư sĩ đáp: 'Tôi từ đạo trường lại đây.'

"Con hỏi: 'Đạo trường ấy là ở đâu?'

"Cư sĩ đáp rằng: 'Lòng ngay thẳng là đạo trường, vì không có sự hư dối. Khởi làm là đạo trường, vì có thể biện biệt được sự việc. Lòng sâu vững là đạo trường, vì được tăng thêm công đức. Tâm Bồ-đề là đạo trường, vì không có sự lẫn lộn. Bố thí là đạo trường, vì không mong báo đáp. Trì giới là đạo trường, vì được tròn nguyện. Nhẫn nhục là đạo trường, vì đối với chúng sinh, lòng mình được vô ngại. Tinh tấn là đạo trường, vì chẳng có biếng nhác. Thiền định là đạo trường, vì lòng dạ được điều nhu. Trí tuệ là đạo trường, vì hiện rõ các pháp. Từ là đạo trường, vì thương các chúng sinh như nhau. Bi là đạo trường, vì nhẫn chịu các mỏi mệt khổ đau. Hỷ là đạo trường, vì là pháp vui vẻ. Xả là đạo trường, vì dứt lòng thương ghét. Thần thông là đạo trường, vì thành tựu sáu thần thông. Giải thoát là đạo trường, vì buông bỏ được. Phương tiện là đạo trường, vì giáo hóa chúng sinh. Bốn pháp thâu nhiếp là đạo trường, vì nhiếp phục được chúng sinh. Đa văn là đạo trường, vì theo như điều đã nghe mà thực hành. Điều phục tâm là đạo trường, vì đó là chánh quán các pháp. Ba mươi bảy phẩm là đạo trường, vì buông bỏ pháp hữu vi. Bốn đế là đạo trường, vì chẳng dối gạt thế gian.

BỒ TÁT

Duyên khởi là đạo trường, vì vô minh cho tới già, chết[1] đều là không cùng tận. Các phiền não là đạo

---

[1] Vô minh cho đến già, chết (Vô minh nãi chí lão tử): Mười hai nhân duyên (Sanskrit: **pratītya-samutpāda**, Pāli: **paṭicca-samuppāda**) hay Thập nhị nhân duyên (十二因緣), nguyên nghĩa là Duyên khởi (緣起) hay Nhân duyên sinh (因緣生), nhưng vì luật nhân duyên này bao gồm mười hai yếu tố kết nối nhau, nên thường gọi là Mười hai nhân duyên. Đó là:

1. Vô minh (無明, Sanskrit: **avidyā**, Pāli: **vijjā**), sự không thấu hiểu Tứ diệu đế, không hiểu được khổ là tính chất căn bản của đời sống,
2. Vô minh sinh ra Hành (行, Sanskrit: **saṃskāra**, Pāli: **saṅkhāra**), hành động tạo nghiệp. Hành động này có thể tốt, xấu hay trung tính. Hành có thể ở trong ba dạng là thân, khẩu và ý.
3. Hành sinh ra Thức (識, Sanskrit: **vijñāna**, Pāli: **viññāṇa**), làm nền tảng cho một đời sống tới. Thức này đi vào bào thai mẹ. Thức lựa chọn cha mẹ do Hành tốt hay xấu qui định.
4. Thức sinh ra Danh sắc (名色, **Sanskrit, Pāli: nāmarūpa**), là toàn bộ phần tâm lí và hình thể của bào thai mới, do Ngũ uẩn (Sanskrit: **padcaskandha**, Pāli: **pañca-khandha**) tạo thành.
5. Danh sắc sinh ra Lục căn (六根, Sanskrit: **ṣaḍāyatana**, Pāli: **saḷāyatana**), là các giác quan, sáu căn (năm giác quan và khả năng suy nghĩ là sáu).
6. Lục căn bắt đầu tiếp xúc với bên ngoài gọi là Xúc (觸, Sanskrit: **sparśa**, Pāli: **phassa**).
7. Xúc sinh ra Thọ (受, **Sanskrit, Pāli: Vedanā**), là cảm nhận của con người mới với thế giới bên ngoài,
8. Thọ sinh ra Ái (愛, Sanskrit: **tṛṣṇā**, Pāli: **taṇhā**), luyến ái xuất phát từ ham muốn.
9. Ái sinh ra Thủ (取, **Sanskrit, Pāli: upādāna**) là điều người ta muốn chiếm hữu cho mình.
10. Thủ sinh ra ra Hữu (有, **Sanskrit, Pāli: bhāva**), là toàn bộ cái được gọi là tồn tại, sự sống, thế giới.
11. Hữu sinh ra Sinh (生, **Sanskrit, Pāli: jāti**), một thế giới và con người xuất hiện trong đó.

trường, vì biết hết thảy như thật. Chúng sinh là đạo trường, vì biết rằng đó là vô ngã. Tất cả các pháp là đạo trường, vì biết rằng các pháp đều là không. Hàng ma là đạo trường, vì chẳng khuynh động. Ba cõi là đạo trường, vì không có chỗ nào để hướng theo. Sư tử hống là đạo trường, vì thuyết pháp chẳng khiếp sợ. Sức vô úy với các pháp bất cộng[1] là đạo trường, vì không có những lỗi lầm. Ba minh là đạo trường, vì không còn trở ngại. Trong một giây nghĩ, biết hết tất cả các pháp, đó là đạo trường, vì thành tựu được trí biết tất cả.

'Như vậy đó, thiện nam tử! Nếu Bồ Tát dùng các ba-la-mật[2] mà giáo hóa chúng sinh, nên biết rằng mọi việc làm của mình, cho đến những cử động nhỏ

---

12. Sinh sinh ra Lão tử (老死, Sanskrit, Pāli: jarāmaraṇa), vì có Sinh nên có hoại diệt.

Cần chú ý rằng đây chỉ là trình tự liệt kê. Sự vận hành của mười hai nhân duyên thật ra là một vòng tròn khép kín, không có điểm khởi đầu hoặc điểm kết thúc. Đừng lầm tưởng rằng Vô minh là yếu tố đầu tiên rồi đến hành, thức... Các nhân duyên này theo nhau mà cùng có trong sinh tử, lại cũng theo nhau mà cùng diệt trong quá trình chứng ngộ. Khi sinh, tất cả đều sinh. Khi diệt, tất cả đều diệt.

[1] Các pháp bất cộng: Tức là Thập bát bất cộng pháp.

[2] Các ba-la-mật (Chư ba-la-mật): Tức là Sáu pháp Ba-la-mật (Sanskrit: pāramitā), viết đủ là Ba-la-mật-đa, cũng gọi là Lục độ (六度), dịch nghĩa là Cứu cánh đáo bỉ ngạn. Đó là các hạnh thanh tịnh của hàng Bồ Tát, gồm có:

1. Bố thí Ba-la-mật (布施, Sanskrit: dāna-pāramitā).
2. Trì giới Ba-la-mật (持戒, Sanskrit: śīla-pāramitā).
3. Nhẫn nhục Ba-la-mật (忍辱, Sanskrit: kṣānti-pāramitā).
4. Tinh tấn Ba-la-mật (精進, Sanskrit: vīrya-pāramitā).
5. Thiền định Ba-la-mật (禪定, Sanskrit: dhyāna-pāramitā).
6. Trí tuệ Ba-la-mật (智慧, Sanskrit: prajñā-pāramitā).

như nhấc chân, hạ chân, đều từ đạo trường mà lại, trụ nơi Phật Pháp.'

"Duy-ma-cật thuyết thời pháp ấy xong, năm trăm vị chư thiên và người ta đều phát tâm A-nậu-đa-la Tam-miệu Tam-bồ-đề. Vậy nên con chẳng đủ sức đảm nhận việc đến thăm bệnh ông ấy."

Phật bảo Bồ Tát Trì Thế:[1] "Ông hãy đến nhà Duy-ma-cật mà thăm hỏi bệnh ông ấy."

Bồ Tát Trì Thế bạch Phật: "Thế Tôn! Con chẳng đủ sức đảm nhận việc đến thăm bệnh ông ấy. Nguyên do là thế này. Con còn nhớ lúc trước, khi con trụ nơi tĩnh thất. Lúc ấy, ma Ba-tuần hóa hình hệt như Đế-thích, có một muôn hai ngàn thiên nữ theo hầu, có cả tiếng âm nhạc, đàn địch ca xướng, đi lại chỗ con. Ma vương ấy với quyến thuộc đảnh lễ nơi chân con, chắp tay cung kính đứng về một bên. Con tưởng đó là Đế-thích, nên liền nói với vị ấy rằng: 'Lành thay, Kiều-thi-ca![2] Tuy ông đáng được hưởng phước, nhưng chẳng nên phóng túng. Nên quán năm dục[3] là vô thường. Muốn được gốc lành, hãy tu kiên pháp[4] về thân, mạng, tài.'

---

[1] Bồ Tát Trì Thế (持世菩薩, Sanskrit: **Lokadhāra**).

[2] Kiều-thi-ca (**Kauśika**): tên riêng của đức Đế-thích, vua cõi trời Tam thập Tam thiên hay Đao-lỵ Thiên trong cõi Dục giới.

[3] Năm dục (Ngũ dục): Năm sự ham muốn, khoái lạc có được do thỏa mãn 5 giác quan, bao gồm: 1. Sắc dục, 2. Thanh dục, 3. Hương dục, 4. Vị dục, 5. Xúc dục.

[4] Kiên pháp: những pháp bền vững mãi mãi. Có ba kiên pháp là: thân, mạng, tài. Người tu hành được: Thân vô cực, mạng vô cùng, tài vô tận. Đó gọi là 3 kiên pháp.

"Vị ấy liền nói với con rằng: 'Chánh sĩ![1] Xin ngài thâu nhận mười hai ngàn thiên nữ này, các nàng có thể lo việc quét tước giặt rửa.'

"Con đáp: 'Kiều-thi-ca! Tôi là sa-môn Thích tử, ông đừng yêu cầu tôi nhận những thứ không đúng với pháp tu hành. Điều đó là trái với nghi luật của tôi.'

"Con chưa dứt lời thì Duy-ma-cật đến, bảo con rằng: 'Chẳng phải Đế-thích, đó là ma[2] đến quấy rối ngài đó.'

"Duy-ma-cật liền nói với ma rằng: 'Các nàng này có thể tặng cho ta. Ta bằng lòng thâu nhận.'

"Ma hoảng sợ, nghĩ rằng: 'Duy-ma-cật chẳng phải định hại ta đây sao?' Liền muốn ẩn hình trốn đi, nhưng chẳng được. Bèn dùng hết thần lực, cũng chẳng đi được. Liền nghe có tiếng nơi không trung nói rằng: 'Ba-tuần![3] Hãy trao tặng những nàng ấy cho Duy-ma-cật, rồi ông mới đi được.'

"Vì khiếp sợ, ma miễn cưỡng mà cho.

"Lúc ấy Duy-ma-cật nói với các nàng rằng: 'Ma đã đem các cô tặng cho ta. Nay các cô nên phát tâm A-nậu-đa-la Tam-miệu Tam-bồ-đề.'

---

[1] Chánh sĩ: Bậc đại sĩ cầu chánh đạo, chánh quả, tức là danh xưng một vị Bồ Tát.

[2] Ma, phiên âm tiếng Phạn là **Māra**, là vị vua ở cung trời Tha hóa tự tại, cảnh thứ sáu, cảnh cao nhất trong cõi dục giới, thường gọi là Ma vương.

[3] Ba-tuần (**Sanskrit**: **Pāpīyan**): tên gọi khác của Ma vương.

"Duy-ma-cật liền tùy theo chỗ thích hợp mà thuyết pháp với các nàng, khiến cho tất cả đều phát đạo ý.

"Lại nói rằng: 'Các cô đã phát đạo ý rồi. Nay có những điều vui theo đúng pháp để tự vui lấy, chẳng nên vui với năm dục nữa.'

"Các thiên nữ liền hỏi: 'Những gì là vui theo đúng pháp?'

"Đáp rằng: 'Vui thường tin Phật, vui muốn nghe Pháp, vui cúng dường Tăng. Vui lìa năm dục, vui quán năm ấm[1] như bọn oán tặc, vui quán bốn đại[2] như rắn độc, vui quán nội nhập[3] như xóm không dân

---

[1] Năm ấm (Ngũ ấm) hay Ngũ uẩn (五蘊, Sanskrit: **pañca-skandha**; Pāli: **pañca-khandha**): Năm món tích tụ, hòa hiệp tạo thành thân tâm, cũng được gọi là năm sự ràng buộc. Chỉ có Phật hay các vị A-la-hán mới không bị chúng trói buộc. Đó là:
   1. Sắc (色; Sanskrit, Pāli: **rūpa**), chỉ thân và sáu giác quan (Lục căn).
   2. Thọ (受; Sanskrit, Pāli: **vedanā**), tức là cảm giác.
   3. Tưởng (想; Sanskrit: **saṃjđā**; Pāli: **sañđā**).
   4. Hành (行; Sanskrit: **saṃskāra**; Pāli: **saṅkhāra**)
   5. Thức (識; Sanskrit: **vijñāna**; Pāli: **viñāṇa**)

[2] Bốn đại (Tứ đại, Sanskrit, Pāli: **mahābhūta**) là các yếu tố: đất (địa 地, Sanskrit: **pṛthvī**), nước (thủy 水, Sanskrit: **āp**), lửa (hỏa 火, Sanskrit: **tejah**), gió (phong 風, Sanskrit: **vāyu**). Quan niệm xưa cho đây là bốn yếu tố hợp thành mọi vật thể, tượng trưng cho: độ cứng (đất), chất lỏng (nước), hơi nóng (lửa) và sự vận động (gió). Bốn yếu tố này hợp thành thân thể cũng như vạn vật.

[3] Nội nhập hay Nội lục nhập, Lục nhập (六入, Sanskrit: **ṣaḍāyatana**, Pāli: **saḷāyatana**), là sáu căn đối với sáu trần:, kể ra như sau:
   1. Hình sắc, đối tượng của mắt.
   2. Âm thanh, đối tượng của tai.

cư. Vui tùy hộ đạo ý. Vui làm lợi ích chúng sinh. Vui kính dưỡng thầy. Vui làm việc bố thí rộng lớn. Vui giữ bền giới hạnh. Vui nhẫn nhục nhu hòa. Vui siêng gom góp căn lành. Vui thiền định chẳng loạn. Vui lìa cấu nhiễm, tỏ sáng trí tuệ. Vui mở rộng tâm Bồ-đề. Vui hàng phục chúng ma. Vui cắt đứt các phiền não. Vui tịnh quốc độ của Phật. Vui thành tựu tướng hảo, tu các công đức. Vui trang nghiêm đạo trường. Vui nghe pháp sâu xa mà chẳng sợ. Vui với ba môn giải thoát. Vui chẳng sai thời. Vui gần bạn đồng học. Vui giữa nhóm người chẳng đồng học, lòng không ngăn ngại. Vui hộ trì những kẻ quen biết xấu. Vui gần gũi những người quen biết tốt. Vui lòng ưa mến cảnh thanh tịnh. Vui tu các đạo phẩm[1] vô lượng. Đó là các niềm vui theo đúng pháp của Bồ Tát.'

"Lúc ấy, ma Ba-tuần bảo các nàng ấy rằng: 'Ta muốn cùng các nàng trở về cung.'

"Các nàng thưa rằng: 'Ông đã đem chúng tôi mà tặng cho vị cư sĩ này. Có các điều vui theo như pháp, chúng tôi rất vui thích. Chúng tôi chẳng còn muốn trở lại vui thích năm món dục lạc nữa.'

"Ma nói: 'Cư sĩ! Ông nên buông xả các nàng này.

---

3. Mùi hương, đối tượng của mũi.
4. Vị nếm, đối tượng của lưỡi.
5. Cảm xúc, đối tượng của thân.
6. Pháp (các hiện tượng, cũng có thể là một ý nghĩ, một khái niệm...) đối tượng của ý.

[1] Các đạo phẩm, tức là Tam thập thất đạo phẩm (Ba mươi bảy phẩm đạo).

Bồ Tát phải là người thí xả tất cả sở hữu của mình cho kẻ khác.'

"Duy-ma-cật nói: 'Ta đã buông xả rồi, Ông có thể ra đi. Hãy khiến cho tất cả chúng sinh được phát nguyện đầy đủ.'

"Lúc ấy, các thiên nữ hỏi Duy-ma-cật: 'Chúng tôi sẽ làm gì khi ở nơi chốn cung ma?'

"Duy-ma-cật nói: 'Này các cô, có một phép tu gọi là Đèn không dứt. Các cô nên học phép tu ấy. Đèn không dứt có nghĩa là, như từ một ngọn đèn, mồi sáng ra trăm ngàn ngọn đèn liên tiếp. Những chỗ tối đều trở nên sáng, mà ánh sáng không hề dứt. Cũng vậy, một vị Bồ Tát mở đạo cho trăm ngàn chúng sinh, khiến cho tất cả đều phát tâm A-nậu-đa-la Tam-miệu Tam-bồ-đề. Mà cái đạo ý ấy cũng không bao giờ dứt. Tùy theo chỗ thuyết pháp, tự mình tăng trưởng tất cả pháp lành. Đó gọi là Đèn không dứt. Các cô tuy ở nơi cung ma, hãy dùng phép tu Đèn không dứt này mà làm cho vô số thiên tử và thiên nữ đều phát tâm A-nậu-đa-la Tam-miệu Tam-bồ-đề. Đó là báo đáp ơn Phật, cũng là làm lợi ích lớn cho tất cả chúng sinh.'

"Lúc ấy, các Thiên nữ lấy đầu và mặt làm lễ sát chân Duy-ma-cật, rồi theo ma vương trở về cung. Bỗng nhiên, thảy đều biến mất.

"Thế Tôn! Duy-ma-cật có thần lực tự tại và trí tuệ biện tài như vậy, nên con chẳng đủ sức đảm nhận việc đến thăm bệnh ông ấy."

Phật bảo Thiện Đức, con nhà trưởng giả: "Ông hãy đến nhà Duy-ma-cật mà thăm hỏi bệnh ông ấy."

Thiện Đức bạch Phật rằng: "Thế Tôn! Con chẳng đủ sức đảm nhận việc đến thăm bệnh ông ấy. Nguyên do là thế này. Con còn nhớ lúc trước, ở nhà cha con, con có tự mình tổ chức một hội bố thí, cúng dường tất cả sa-môn, bà-la-môn, các thầy ngoại đạo và những kẻ bần cùng, hạ tiện, cô độc, hành khất. Kỳ hạn bố thí đủ bảy ngày. Bấy giờ, Duy-ma-cật đi lại, vào trong hội, bảo con rằng: 'Chàng con nhà trưởng giả! Nếu là hội bố thí, chẳng nên tổ chức theo như cậu đang làm đây. Nên mở hội thí pháp, cần gì mở hội thí tài như vậy?'

"Con hỏi cư sĩ ấy: 'Sao gọi là hội thí pháp?'

"Đáp rằng: 'Hội thí pháp là không thí cho kẻ trước người sau. Trong một lúc, cúng dường tất cả chúng sinh. Đó gọi là hội thí pháp.'

"Con lại hỏi: 'Như vậy là thế nào?' Đáp rằng: 'Đó là: Nhân vì Bồ-đề, phát khởi lòng từ. Nhân vì cứu độ chúng sinh, phát khởi tâm đại bi. Nhân vì giữ gìn Chánh pháp, phát khởi tâm hỷ. Nhân vì nhiếp thâu trí tuệ, thi hành pháp xả. Nhân vì nhiếp phục khan tham, khởi nên pháp bố thí. Nhân vì cải hóa việc phạm giới, khởi nên pháp trì giới. Nhân vì pháp vô ngã, khởi nên pháp nhẫn nhục. Nhân vì lìa tướng thân tâm, khởi nên pháp tinh tấn. Nhân vì tướng Bồ-đề, khởi nên pháp thiền định. Nhân vì cái trí biết tất cả, khởi nên pháp trí tuệ. Vì giáo hóa chúng sinh, mà khởi ra lẽ không. Vì chẳng bỏ pháp hữu vi, mà khởi lẽ vô tướng. Vì thị hiện thọ sinh, mà khởi lẽ vô tác. Do hộ trì Chánh pháp, bèn khởi sức phương tiện. Nhân vì độ chúng sinh mà khởi bốn pháp thâu nhiếp. Nhân vì kính trọng tất cả, khởi trừ pháp kiêu mạn. Đối với thân, mạng, tài, khởi ba kiên pháp. Đối với sáu niệm,[1] khởi pháp tưởng nhớ. Đối với sáu hòa kính,[2] khởi lòng chơn chất ngay thẳng. Thi hành

---

[1] Sáu niệm (Lục niệm 六念) hay Lục tùy niệm (六隨念; Sanskrit: ṣaḍanusmṛtaya), cũng gọi là Lục niệm xứ (六念處), là sáu đối tượng mà người tu luôn luôn tâm niệm, nghĩ nhớ đến. Đó là:
   1. Phật (Sanskrit: buddha)
   2. Pháp (Sanskrit: dharma)
   3. Tăng (Sanskrit: saṅgha);
   4. Giới (Sanskrit: śīla);
   5. Bố thí (Sanskrit: dāna);
   6. Thiên (Sanskrit: deva)

[2] Sáu hòa kính (Lục hòa kính) cũng gọi Lục hòa (Sanskrit: ṣaḍsāramyadharma) là sáu điều hoà đồng, kính ái mà người học Phật phải thực hiện trong cuộc sống chung, nhất là khi sống trong Tăng đoàn. Nhờ thực hiện Lục hòa mà có thể tạo ra nếp sống hòa đồng giữa tất cả các thành viên trong một cộng đồng. Lục hoà kính bao gồm:
   1. Thân hòa đồng trú: cùng giữ sự hòa thuận sống chung nhau.
   2. Khẩu hòa vô tranh: cùng nói những lời ôn hòa, không tranh chấp.
   3. Ý hòa đồng duyệt: cùng chung ý chí tốt đẹp, vui vẻ.
   4. Lợi hòa đồng quân: cùng chia sẻ vật chất với nhau,
   5. Giới hòa đồng tu: cùng chuyên giữ giới luật, tu tập.
   6. Kiến hòa đồng giải: cùng chia sẻ sự hiểu biết, kiến giải

Về cách hiểu và vận dụng Lục hòa kính trong cuộc sống hằng ngày, xin đọc thêm ở sách Những tâm tình cô đơn của Nguyên Minh, NXB Tôn giáo.

pháp lành một cách minh chánh, bèn khởi nên đời sống trong sạch. Lòng trong sạch vui vẻ, khởi ra việc gần gũi những bậc hiền thánh. Chẳng ghét kẻ dữ, khởi nên sự điều phục lòng người. Nhân vì pháp xuất gia, khởi nên lòng sâu vững. Nhân vì thi hành theo như thuyết, khởi nên tài đa văn. Nhân vì pháp không tranh chấp, khởi ra cảnh vắng vẻ, tịch tịnh.[1] Hướng theo trí tuệ Phật, khởi nên pháp ngồi yên. Mở trói cho chúng sinh, khởi ra trụ địa tu hành.[2] Nhân vì tướng hảo và cõi Phật thanh tịnh, khởi nên nghiệp phước đức. Nhân biết được lòng nghĩ tưởng của tất cả chúng sinh, thuyết pháp ứng hợp, liền khởi nên nghiệp trí. Biết rằng tất cả các pháp là chẳng giữ cũng chẳng bỏ, vào được chỗ một tướng duy nhất,[3] liền khởi nên nghiệp của trí tuệ. Dứt tất cả phiền não, tất cả chướng ngại, tất cả pháp chẳng lành, bèn khởi nên tất cả nghiệp lành. Nhân vì được tất cả trí tuệ, tất cả pháp lành, mà khởi nên tất cả các pháp trợ Phật đạo. Như vậy, Thiện nam tử! Đó là hội thí pháp. Nếu Bồ Tát trụ ở hội thí pháp ấy, đó là đại thí chủ, cũng là ruộng phước của tất cả thế gian.'

---

[1] Cảnh vắng vẻ, tịch tịnh, Hán văn gọi là Không nhàn xứ, tiếng Sanskrit là Araṇya, dịch âm là A-lan-nhã, là nơi vắng không, nhàn tĩnh, xa làng xóm, không có sự tranh cãi.

[2] Trụ địa tu hành (Tu hành địa): Tức Tu hành trụ trong Thập trụ của Bồ Tát, gồm: 1. Phát tâm trụ, 2. Trì địa trụ, 3. Tu hành trụ, 4. Sinh quý trụ, 5. Phương tiện cụ túc trụ, 6. Chánh tâm trụ, 7. Bất thối trụ, 8. Đồng chân trụ, 9. Pháp vương tử trụ, 10. Quán đỉnh trụ.

[3] Một tướng duy nhất (nhất tướng): chỉ Thật tướng của chân như.

"Thế Tôn! Duy-ma-cật thuyết thời pháp ấy xong, hai trăm người trong chúng bà-la-môn đều phát tâm A-nậu-đa-la Tam-miệu Tam-bồ-đề. Khi ấy, tâm ý con được trong sạch, con khen là chưa từng có, liền đảnh lễ nơi chân Duy-ma-cật. Rồi con cởi ra xâu chuỗi ngọc, giá trị trăm ngàn mà dâng hiến, nhưng ông ấy chẳng nhận. Con liền nói: 'Cư sĩ! Xin ông nhận lãnh, rồi muốn cho ai tùy ý.'

"Duy-ma-cật bèn nhận chuỗi ngọc, chia làm hai phần. Ông đem một phần thí cho kẻ ăn xin nghèo hèn nhất trong hội ấy. Còn một phần, ông phụng hiến đức Như Lai Nan Thắng bên cõi nước kia. Tất cả chúng hội khi ấy đều nhìn thấy đức Như Lai Nan Thắng ở cõi nước Quang Minh. Chúng hội lại còn thấy được những hạt ngọc sang bên đức Phật kia, liền hóa thành một cảnh đài báu bốn cột, bốn mặt đều trang nghiêm, chẳng che khuất nhau.

"Lúc ấy, Duy-ma-cật hiện thần biến như vậy rồi, lại nói rằng: 'Nếu thí chủ có lòng bình đẳng, thí cho kẻ ăn xin nghèo hèn nhất, cũng như tướng ruộng phước Như Lai, không có chỗ phân biệt, giữ lòng đại bi bình đẳng, chẳng cầu quả báo. Đó mới gọi là hạnh thí pháp đầy đủ.'

"Trong thành, kẻ ăn xin nghèo hèn nhất thấy sức thần ấy và nghe Duy-ma-cật thuyết pháp, cũng phát tâm A-nậu-đa-la Tam-miệu Tam-bồ-đề.

"Vậy nên con chẳng đủ sức đảm nhận việc đến thăm bệnh ông ấy."

Cứ như vậy, các vị Bồ Tát lần lượt đối trước Phật nói ra duyên cớ của mình, xưng thuật lời lẽ của Duy-ma-cật. Tất cả đều thưa rằng chẳng đủ sức đảm nhận việc đến thăm bệnh ông ấy.

PHẨM THỨ NĂM
VĂN-THÙ THĂM BỆNH

Lúc ấy, Phật bảo Văn-thù Sư-lợi: "Ông hãy đến nhà Duy-ma-cật mà thăm hỏi bệnh ông ấy."

Văn-thù Sư-lợi bạch Phật: "Thế Tôn! Thật khó mà đối đáp với vị thượng nhân đó. Ông ấy thấu suốt sâu xa thật tướng, thuyết diễn rành mạch yếu lý của pháp, biện tài, trí tuệ không ngăn ngại. Ông ấy biết hết pháp thức của tất cả chư Bồ Tát. Ông ấy đắc nhập tạng bí mật của chư Phật. Ông ấy hàng phục chúng ma, du hý thần thông. Trí tuệ và phương tiện của ông ấy đều đến mức vẹn toàn. Tuy nhiên, vâng lãnh thánh chỉ của Phật, con sẽ đến thăm hỏi bệnh của ông ấy."

Lúc bấy giờ trong đại chúng, chư Bồ Tát, đại đệ tử, Thích, Phạm, Bốn thiên vương đều có ý nghĩ rằng: "Nay hai vị đại sĩ Văn-thù Sư-lợi và Duy-ma-cật cùng nhau đàm luận, ắt sẽ thuyết diệu pháp."

Tức thời, tám ngàn Bồ Tát, năm trăm Thanh văn, trăm ngàn chư thiên và người ta đều muốn đi theo. Thế là, chư Bồ Tát và đại đệ tử cùng chư thiên, người ta cung kính vây quanh Bồ Tát Văn-thù Sư-lợi, cùng đi vào thành lớn Tỳ-da-ly.

Khi ấy, trưởng giả Duy-ma-cật tự nghĩ rằng: "Văn-thù Sư-lợi cùng với đại chúng sắp đến đây." Liền đó, ông dùng thần lực làm cho cảnh thất của ông trở nên trống trải, dẹp bỏ hết các đồ đạc cùng những kẻ hầu hạ, chỉ còn để một chiếc giường mà thôi. Lấy cớ bệnh, ông nằm trên đó.

Văn-thù Sư-lợi vào nhà, thấy cảnh trống trải, duy chỉ có một chiếc giường nằm, ngoài ra không có món chi nữa cả.

Lúc ấy, Duy-ma-cật nói: "Lành thay, Văn-thù Sư-lợi mới đến! Đó là tướng chẳng đến mà đến. Tướng chẳng thấy mà thấy."

Văn-thù Sư-lợi nói: "Như vậy đó, cư sĩ. Nếu đã đến rồi, chẳng còn đến nữa. Nếu đã đi rồi, chẳng còn đi nữa. Tại sao vậy? Đến, chẳng từ đâu đến. Đi, chẳng có chỗ nào tới. Chỗ mà mình có thể thấy, cũng chẳng còn thấy được nữa.

"Nhưng thôi, hãy tạm gác lại việc đó. Bệnh của cư sĩ đây, có chịu nổi chăng? Việc điều trị có bề nhẹ bớt hay nặng thêm? Đức Thế Tôn ân cần chuyển lời hết sức tận tình thăm hỏi.

"Bệnh này của cư sĩ, do nhân nào mà phát khởi? Bệnh sinh ra lâu chưa? Nên dứt trừ bằng cách nào?"

Duy-ma-cật đáp: "Do si mê và ái luyến mà bệnh tôi sinh ra. Nhân vì tất cả chúng sinh bệnh, cho nên tôi bệnh. Nếu tất cả chúng sinh được khỏi bệnh, bệnh tôi sẽ dứt. Tại sao vậy? Bồ Tát vì chúng sinh, nên vào chốn sinh tử.[1] Có sinh tử, ắt có bệnh. Nếu chúng sinh được lìa khỏi bệnh, ắt Bồ Tát sẽ không còn bệnh. Thí như một người trưởng giả kia, chỉ có một đứa con trai mà thôi. Đứa con ấy mắc bệnh, cha mẹ cũng mang bệnh. Nếu đứa con lành bệnh, cha mẹ cũng lành bệnh. Bồ Tát cũng như vậy. Người yêu các chúng sinh như con một của mình. Nếu chúng sinh bệnh, Bồ Tát cũng bệnh. Nếu chúng sinh lành bệnh, Bồ Tát cũng lành bệnh.

"Nhân giả lại có hỏi: 'Bệnh này do nhân nào mà phát khởi?' Bệnh của Bồ Tát do lòng đại bi mà phát khởi vậy."

Văn-thù Sư-lợi hỏi: "Thất này của cư sĩ tại sao lại trống trải, không có kẻ hầu hạ?"

Duy-ma-cật đáp: "Các cõi nước của chư Phật cũng đều trống không như vậy thôi."

Lại hỏi: "Lấy gì mà cho là trống không?"

Đáp rằng: "Lấy không làm không."

Lại hỏi: "Không, sao lại dùng không?"

Đáp rằng: "Là vì không phân biệt cái không, cho nên không."

Lại hỏi: "Cái không, có thể phân biệt sao?"

Đáp rằng: "Phân biệt cũng là không."

Lại hỏi: "Làm sao tìm cái không?"

---

[1] Sinh tử: Sống và chết, tức là vòng luân hồi. Bởi vì cứ sinh ra rồi chết đi, rồi lại sinh ra nữa... Cứ như vậy mãi, gọi là sinh tử.

Đáp rằng: "Nên ở trong sáu mươi hai tà kiến mà tìm."

Lại hỏi: "Làm sao tìm sáu mươi hai tà kiến?"

Đáp rằng: "Nên ở trong các phép giải thoát của Phật[1] mà tìm."

Lại hỏi: "Làm sao tìm các phép giải thoát của Phật?"

Đáp rằng: "Nên ở trong tâm hạnh của tất cả chúng sinh mà tìm. Nhân giả lại có hỏi: 'Tại sao không có kẻ hầu hạ?' Tất cả chúng ma và những thầy ngoại đạo đều là kẻ hầu hạ tôi. Tại sao vậy? Chúng ma ưa thích sinh tử, Bồ Tát chẳng bỏ sinh tử. Các thầy ngoại đạo ưa thích kiến giải, Bồ Tát chẳng lay động đối với những kiến giải."

Văn-thù Sư-lợi hỏi: "Bệnh của cư sĩ, đó là những tướng gì?"

Duy-ma-cật đáp: "Bệnh của tôi không có hình tướng, không thể thấy."

Lại hỏi: "Bệnh ấy hiệp với thân hay hiệp với tâm?"

Đáp rằng: "Chẳng phải thân hiệp, vì tướng của thân là lìa. Chẳng phải tâm hiệp, vì tâm như ảo hóa."

Lại hỏi: "Trong bốn đại: đất, nước, lửa, gió, cái nào là bệnh?"

---

[1] Các phép giải thoát của Phật (chư Phật giải thoát): Các môn thiền định của Phật. Thiền định có thể đưa đến giải thoát, nên gọi là phép giải thoát.

Đáp rằng: "Bệnh này chẳng phải đất, cũng chẳng lìa đất. Đối với các đại như: nước, lửa, gió, lại cũng như vậy. Nhưng bệnh của chúng sinh là nương theo bốn đại mà khởi. Bởi họ có bệnh, cho nên tôi bệnh."

Lúc ấy, Văn-thù Sư-lợi hỏi Duy-ma-cật rằng: "Bồ Tát nên an ủi Bồ Tát có bệnh như thế nào?"

Duy-ma-cật đáp: "Nên nói thân là vô thường, chẳng nói chán lìa cái thân. Nói thân có khổ, chẳng nói ưa thích Niết-bàn. Nói thân là vô ngã, nhưng khuyên dạy dìu dắt chúng sinh. Nói thân là không tịch, chẳng nói tất cánh tịch diệt. Nói ăn năn tội trước, mà chẳng nói trở vào quá khứ. Nhân bệnh mình, thương xót bệnh người. Nên nhớ các khổ não từ vô số kiếp của mình. Nên tưởng việc làm lợi ích cho tất cả chúng sinh. Nhớ chỗ tu phước của mình. Tưởng tới đời sống trong sạch. Đừng sinh lo buồn. Thường khởi tinh tấn. Nên làm vị vua thầy thuốc, liệu trị các bệnh. Bồ Tát nên an ủi Bồ Tát có bệnh như những cách ấy, khiến người bệnh được vui vẻ."

Văn-thù Sư-lợi hỏi: "Cư sĩ! Bồ Tát có bệnh làm cách nào để điều phục tâm mình?"

Duy-ma-cật đáp: "Bồ Tát có bệnh nên nghĩ như thế này: Bệnh này của ta hôm nay là do các phiền não vọng tưởng điên đảo đời trước mà sinh ra. Không có pháp thật thì ai là người thọ bệnh. Tại sao vậy? Do bốn đại hiệp lại, tạm gọi là thân. Bốn đại không có chủ, thân cũng không có ta.

"Lại nữa, bệnh này phát khởi là do sự chấp trước cái ta. Vậy nên đối với cái ta, chẳng nên sinh ra chấp trước. Đã biết gốc bệnh, liền trừ bỏ cái tư tưởng có ta và tư tưởng có chúng sinh. Nên phát khởi tư tưởng có các pháp, nên nghĩ như thế này: Chẳng qua do nhiều pháp hiệp lại nên thành cái thân này thôi. Chỉ vì các pháp khởi, nên thân khởi, chỉ vì các pháp diệt, nên thân diệt.

"Lại nữa, các pháp ấy đều chẳng biết nhau. Khi khởi, chẳng nói rằng ta khởi. Khi diệt, chẳng nói rằng ta diệt. Vị Bồ Tát nào bệnh, muốn diệt cái tư tưởng có các pháp, nên nghĩ như thế này: Cái tư tưởng có các pháp này cũng là tư tưởng điên đảo. Nếu điên đảo, tức là hại lớn, ta nên lìa nó.

"Thế nào là lìa? Đó là lìa cái ta và vật của ta. Thế nào là lìa cái ta và vật của ta? Đó là lìa hai pháp. Thế nào là lìa hai pháp? Đó là chẳng nghĩ nhớ những pháp trong và những pháp ngoài, thi hành lẽ bình đẳng. Thế nào là bình đẳng? Đó là cái ta với Niết-bàn là bình đẳng. Tại sao vậy? Ta với Niết-bàn, hai thứ ấy đều là không. Tại sao vậy? Vì chỉ là danh tự cho nên không. Như hai pháp ấy không có tánh nhất định. Khi mình được lẽ bình đẳng này rồi, chẳng còn bệnh nào khác nữa. Chỉ còn cái bệnh chấp lẽ không mà thôi. Bệnh chấp ấy cũng là không. Bồ Tát ấy có bệnh, vì lẽ không có sở thọ, bèn thọ lãnh các món. Khi mình chưa có đủ Phật pháp, cũng chẳng dứt bỏ các cảm thọ mà giữ lấy chỗ chứng đắc.

"Ví như cái thân có khổ, nên nghĩ đến những cảnh ác lụy[1] của chúng sinh, khởi lòng đại bi. Đã điều phục cái ta rồi, cũng nên điều phục tất cả chúng sinh. Chẳng qua là trừ bệnh của mình mà thôi, chứ chẳng trừ pháp. Vì lẽ dứt tuyệt gốc bệnh, nên dạy dỗ dắt dẫn về lẽ ấy vậy.

"Sao gọi là gốc bệnh? Ấy là phan duyên.[2] Do theo việc có phan duyên, ắt nảy ra gốc bệnh. Phan duyên với những cảnh nào? Ấy là ba cõi: Dục giới, Sắc giới, Vô sắc giới. Làm sao dứt trừ phan duyên? Nên dùng lẽ không có chỗ chứng đắc, không thấy mình được quả vị nào cả. Nếu là không có chỗ chứng đắc, ắt không có phan duyên. Sao gọi là không có chỗ chứng đắc? Ấy là lìa hai kiến. Hai kiến là gì? Ấy là nội kiến, kiến chấp có thân tâm nơi mình và ngoại kiến, kiến chấp có chúng sinh và cảnh vật ngoài mình. Như vậy gọi là không có chỗ chứng đắc.

"Văn-thù Sư-lợi! Như vậy là Bồ Tát có bệnh điều phục tâm mình. Dứt được những nỗi khổ của già, bệnh, chết, đó là Bồ-đề của Bồ Tát. Nếu chẳng được như vậy, sự tu tập của mình không có lợi ích về trí tuệ. Tỷ như mình thắng được kẻ oán thù, mới đáng

---

[1] Những cảnh ác lụy (ác thú): Những chốn thú hướng xấu, quy tụ các chúng sinh nhiều ác nghiệp. Đó là: 1. Địa ngục, 2. Ngạ quỷ, 3. Súc sinh.

[2] Phan duyên: leo vịn theo duyên là cảnh vật ngoài. Tỷ như các loài dây leo nương theo những cây trụ mà lớn lên, vọng tâm của chúng sinh cũng nương theo các duyên cảnh bên ngoài mà chuyển đổi không dừng nghỉ.

gọi là dũng mãnh. Cũng thế, nếu mình trừ được cả già, bệnh, chết, mới xứng đáng là Bồ Tát.

"Vị Bồ Tát kia có bệnh, lại nên xét nghĩ thế này: 'Như bệnh của ta đây, chẳng phải thật, chẳng phải có. Bệnh của chúng sinh cũng chẳng phải thật, chẳng phải có.' Khi xét nghĩ như vậy, nếu người khởi đại bi ái kiến đối với chúng sinh, tức thời nên lìa bỏ chỗ khởi niệm ấy đi. Tại sao vậy? Bồ Tát đoạn trừ xong phiền não khách trần,[1] bèn khởi lòng đại bi. Còn lòng bi của ái kiến thì đối với cuộc sinh tử ắt có tâm mỏi mệt chán ngán. Nếu lìa được lòng bi ái kiến ấy, ắt không còn mỏi mệt chán ngán. Dầu sinh ra ở chốn nào, người cũng không bị cái ái kiến che ngăn. Mình sinh sống không bị trói buộc, mới có thể thuyết pháp với chúng sinh lẽ cởi mở dây buộc trói. Như Phật có dạy: 'Nếu tự mình bị buộc trói, mà cởi mở được sự trói buộc cho người khác, không có lẽ như vậy. Nếu tự mình không bị buộc trói, mà cởi được trói buộc cho người khác, mới là điều có lý.' Vậy nên Bồ Tát không nên khởi ra việc tự trói buộc.

"Sao gọi là trói buộc? Sao gọi là cởi mở? Tham trước mùi vị thiền định, đó là sự trói buộc của Bồ Tát. Dùng phương tiện mà sinh ra, đó là sự cởi mở của Bồ Tát.

"Lại nữa, có bốn lẽ: Vô phương tiện tuệ phược,

---

[1] Phiền não khách trần: Phiền não chẳng qua là ngoại cảnh, tỷ như người khách đến ở tạm, tỷ như bụi trần đóng vào mình. Nên gọi phiền não là khách trần. Dùng theo nghĩa đối lại với chân tâm là chủ, vốn thường trụ, trong sạch, không ô nhiễm.

là sự trói buộc không có trí tuệ phương tiện; Hữu phương tiện tuệ giải, là sự cởi mở có trí tuệ phương tiện; Vô tuệ phương tiện phược, là sự trói buộc không có phương tiện trí tuệ; Hữu tuệ phương tiện giải, là sự cởi mở có phương tiện trí tuệ.

"Sao gọi là sự trói buộc không có trí tuệ phương tiện? Ấy là Bồ Tát dùng lòng ái kiến mà trang nghiêm cõi Phật, thành tựu cho chúng sinh. Đối với ba pháp: không, vô tướng, vô tác, tự mình điều phục. Đó gọi là sự trói buộc không có trí tuệ phương tiện.

"Sao gọi là sự cởi mở có trí tuệ phương tiện? Bồ Tát chẳng dùng lòng ái kiến mà trang nghiêm cõi Phật, thành tựu cho chúng sinh. Đối với ba pháp: không, vô tướng, vô tác, tự mình đã điều phục, mà chẳng mỏi mệt chán ngán. Đó gọi là sự cởi mở có trí tuệ phương tiện.

"Sao gọi là sự trói buộc không có phương tiện trí tuệ? Ấy là Bồ Tát trụ nơi các phiền não: tham dục, sân nhuế, tà kiến, mà trồng những cội lành. Đó gọi là sự trói buộc không có phương tiện trí tuệ.

"Sao gọi là sự cởi mở có phương tiện trí tuệ? Bồ Tát đã lìa khỏi các phiền não: tham dục, sân nhuế, tà kiến, mà trồng những cội lành, hồi hướng quả A-nậu-đa-la Tam-miệu Tam-bồ-đề. Đó gọi là sự cởi mở có phương tiện trí tuệ.

"Văn-thù Sư-lợi! Vị Bồ Tát kia có bệnh, nên quán các pháp như vậy.

"Lại nữa, nên quán cái thân là: vô thường, khổ, không, vô ngã. Đó gọi là trí tuệ. Tuy cái thân có bệnh, nhưng nó thường ở chốn sinh tử, làm lợi ích tất cả chúng sinh mà chẳng mỏi mệt chán ngán. Đó gọi là phương tiện.

"Lại nữa, nên quán cái thân: thân chẳng lìa bệnh, bệnh chẳng lìa thân. Bệnh này, thân này chẳng phải mới, chẳng phải cũ. Đó gọi là trí tuệ. Ví dầu cái thân có bệnh, nhưng nó chẳng diệt độ mãi mãi. Đó gọi là phương tiện.

"Văn-thù Sư-lợi! Bồ Tát có bệnh, nên điều phục tâm mình như thế này: chẳng trụ nơi chỗ điều phục tâm, cũng chẳng trụ nơi chỗ không điều phục tâm. Tại sao vậy? Nếu mình trụ nơi chỗ không điều phục tâm, đó là pháp của kẻ ngu. Nếu mình trụ chỗ điều phục tâm, đó là pháp của Thanh văn. Vì vậy, Bồ Tát chẳng nên trụ ở chỗ điều phục tâm, cũng chẳng nên trụ ở chỗ không điều phục tâm. Lìa khỏi hai pháp ấy, đó là hạnh Bồ Tát.

"Ở tại sinh tử, chẳng làm việc ô trược, trụ nơi Niết-bàn, chẳng diệt độ mãi mãi. Đó là hạnh Bồ Tát.

"Chẳng phải hạnh phàm phu, chẳng phải hạnh hiền thánh. Đó là hạnh Bồ Tát.

"Chẳng phải hạnh cấu uế, chẳng phải thanh tịnh. Đó là hạnh Bồ Tát.

"Tuy vượt khỏi hạnh của ma, nhưng thị hiện hàng phục chúng ma. Đó là hạnh Bồ Tát.

"Cầu trí biết tất cả, mà chẳng cầu không đúng lúc. Đó là hạnh Bồ Tát.

"Tuy quán các pháp chẳng sinh, nhưng chẳng vào chánh vị, Niết-bàn của Tiểu thừa. Đó là hạnh Bồ Tát.

"Tuy quán mười hai duyên khởi, nhưng cũng vào các tà kiến. Đó là hạnh Bồ Tát.

"Tuy nhiếp phục tất cả chúng sinh, nhưng chẳng luyến ái chấp trước. Đó là hạnh Bồ Tát.

"Tuy ưa mến cuộc xa lìa, nhưng chẳng nương theo lẽ thân tâm dứt hết, Đó là hạnh Bồ Tát.

"Tuy hành lẽ ba cõi, nhưng chẳng bỏ tánh pháp. Đó là hạnh Bồ Tát.

"Tuy hành lẽ không, nhưng trồng các cội lành. Đó là hạnh Bồ Tát.

"Tuy hành lẽ vô thường, nhưng độ các chúng sinh. Đó là hạnh Bồ Tát.

"Tuy hành lẽ vô tác, nhưng thị hiện thọ lấy thân sống. Đó là hạnh Bồ Tát.

"Tuy hành lẽ vô khởi, nhưng khởi tất cả nết lành. Đó là hạnh Bồ Tát.

"Tuy hành sáu ba-la-mật, nhưng mở rộng ra các pháp về tâm, tâm số của chúng sinh. Đó là hạnh Bồ Tát.

"Tuy hành sáu thần thông, nhưng chẳng dứt hết phiền não. Đó là hạnh Bồ Tát.

"Tuy hành bốn tâm vô lượng: đại từ, đại bi, đại hỷ, đại xả, nhưng chẳng ham muốn sinh nơi cõi Phạm thiên. Đó là hạnh Bồ Tát.

"Tuy hành Thiền định giải thoát Tam-muội nhưng chẳng nương theo thiền định mà sinh nơi cõi trời. Đó là hạnh Bồ Tát.

"Tuy hành bốn niệm xứ,[1] nhưng chẳng rốt ráo lìa khỏi bốn chỗ: thân, thọ, tâm, pháp. Đó là hạnh Bồ Tát.

"Tuy hành bốn chánh cần, nhưng không bỏ sức tinh tấn của thân tâm. Đó là hạnh Bồ Tát.

---

[1] Bốn niệm xứ (四念處, Tứ niệm xứ, Sanskrit: catuḥsmṛtyupasthāna), bốn đối tượng được nhớ đến, hay bốn phép quán tưởng, gồm có:
   1. Quán thân bất tịnh (Thân niệm xứ): Quán thân bao gồm sự tỉnh giác trong hơi thở, thở ra, thở vào, cũng như tỉnh giác trong bốn sự vận động cơ bản của thân là đi, đứng, nằm, ngồi. Tỉnh giác trong mọi hoạt động của thân thể, quán sát các phần thân thể, các yếu tố tạo thành thân cũng như quán tử thi.
   2. Quán thọ thị khổ (Thọ niệm xứ): Quán thọ là nhận biết rõ những cảm giác, cảm xúc phát khởi trong tâm, biết chúng là dễ chịu, khó chịu hay trung tính, nhận biết chúng là thế gian hay xuất thế gian, biết tính vô thường của chúng.
   3. Quán tâm vô thường (Tâm niệm xứ): Quán tâm là chú ý đến các tâm pháp (ý nghĩ) đang hiện hành, biết nó là tham hay không có tham, sân hay không có sân, hoặc si hay không có si.
   4. Quán pháp vô ngã (Pháp niệm xứ): Quán pháp là biết rõ mọi pháp đều phụ thuộc lẫn nhau, đều vô ngã, biết rõ Năm chướng ngại có hiện hành hay không, biết rõ con người chỉ là Năm uẩn đang tụ họp, biết rõ gốc hiện hành của các pháp và hiểu rõ Bốn chân lý (Tứ diệu đế).

"Tuy hành bốn như ý túc, nhưng tự mình được các phép thần thông tự tại. Đó là hạnh Bồ Tát.

"Tuy hành năm pháp căn bản,¹ nhưng phân biệt được các căn tánh chậm lụt hoặc lanh lợi của chúng sinh. Đó là hạnh Bồ Tát.

"Tuy hành năm sức, nhưng vui cầu mười lực của Phật. Đó là hạnh Bồ Tát.

"Tuy hành bảy phần giác,² nhưng phân biệt được trí tuệ của Phật. Đó là hạnh Bồ Tát.

"Tuy hành tám chánh đạo, nhưng ưa hành Phật đạo vô lượng. Đó là hạnh Bồ Tát.

"Tuy hành pháp chỉ quán trợ đạo, nhưng cuối cùng chẳng rơi vào nơi tịch diệt. Đó là hạnh Bồ Tát.

"Tuy hành lẽ các pháp chẳng sinh chẳng diệt, nhưng dùng những tướng chánh và những tướng phụ mà trang nghiêm thân mình. Đó là hạnh Bồ Tát.

"Tuy hiện oai nghi của Thanh văn, Bích chi Phật, nhưng chẳng bỏ Phật Pháp. Đó là hạnh Bồ Tát.

"Tuy nương theo tướng cứu cánh thanh tịnh của các pháp, nhưng cũng nương theo chỗ ứng hợp mà thị hiện thân mình. Đó là hạnh Bồ Tát.

"Tuy quán các cõi Phật yên lặng vĩnh viễn như cõi không, nhưng cũng hiện ra các cõi thanh tịnh của Phật. Đó là hạnh Bồ Tát.

---

¹ Năm pháp căn bản: tức là Ngũ căn.

² Bảy phần giác: tức là Thất giác chi.

"Tuy đắc Phật đạo, quay bánh xe pháp vào Niết-bàn, nhưng chẳng bỏ đạo của Bồ Tát. Đó là hạnh Bồ Tát."

Duy-ma-cật nói những lời ấy rồi, trong đại chúng đi theo Văn-thù Sư-lợi có tám ngàn vị thiên tử, thảy đều phát tâm A-nậu-đa-la Tam-miệu Tam-bồ-đề.

PHẨM THỨ SÁU
KHÔNG THỂ NGHĨ BÀN

Lúc bấy giờ, ngài Xá-lợi-phất thấy trong thất ấy không có giường ghế chi cả, liền nghĩ rằng: "Chư vị Bồ Tát và các đại đệ tử này rồi sẽ ngồi đâu?"

Trưởng giả Duy-ma-cật biết được ý nghĩ ấy, bảo Xá-lợi-phất rằng: "Thế nào, nhân giả vì pháp mà đến hay vì chỗ ngồi mà đến?"

Xá-lợi-phất nói: "Tôi vì pháp mà đến, chẳng phải vì chỗ ngồi."

Duy-ma-cật nói: "Thưa ngài Xá-lợi-phất! Người cầu pháp thì chẳng tham tiếc cả thân mạng, huống chi là chỗ ngồi.

"Người cầu pháp thì chẳng cầu năm ấm: sắc, thọ, tưởng, hành, thức, cũng chẳng cầu nhập và giới, cũng chẳng cầu ba cõi: Dục giới, Sắc giới, Vô sắc giới.

"Thưa ngài Xá-lợi-phất! Người cầu pháp chẳng chấp trước cầu Phật, chẳng chấp trước cầu Pháp, cũng chẳng chấp trước cầu Tăng.

"Người cầu pháp không cầu thấy lẽ khổ, không cầu đoạn lẽ tập, cũng không cầu sự chứng ngộ lẽ diệt, cũng không cầu tu tập lẽ đạo. Tại sao vậy? Pháp không có hí luận. Nếu nói: 'Đối với bốn chân lý, ta nên thấy khổ, đoạn tập, chứng diệt, tu đạo', thì đó chỉ là hí luận chứ chẳng phải cầu pháp.

"Thưa ngài Xá-lợi-phất! Pháp gọi là tịch diệt. Nếu hành lẽ sinh diệt, đó là cầu sinh diệt chứ chẳng phải cầu pháp.

"Pháp gọi là không nhiễm. Nếu mình nhiễm pháp, cho đến nhiễm Niết-bàn, đó là nhiễm trước chứ chẳng phải cầu pháp.

"Pháp không có chỗ hành. Nếu mình thực hành pháp, đó là chỗ hành chứ chẳng phải cầu pháp.

"Pháp không có việc lấy bỏ. Nếu mình lấy pháp hoặc bỏ pháp, đó là việc lấy bỏ chứ chẳng phải cầu pháp.

"Pháp không có xứ sở. Nếu mình chấp trước xứ sở, đó là vướng chấp xứ sở chứ chẳng phải cầu pháp.

"Pháp gọi là không có tướng. Nếu mình tùy theo tướng mà biết, đó là cầu tướng chứ chẳng phải cầu pháp.

"Pháp là bất khả trụ, mình không y trụ nơi đó được. Nếu mình trụ nơi pháp, đó là trụ pháp, chớ chẳng phải cầu pháp.

"Pháp không thể thấy, không thể nghe, không thể nhận biết. Nếu mình thi hành những cách: thấy, nghe, nhận biết, đó là thấy, nghe, nhận biết chứ chẳng phải cầu pháp.

"Pháp gọi là vô vi. Nếu mình hành hữu vi, đó là cầu hữu vi chứ chẳng phải cầu pháp.

"Xá-lợi-phất! Bởi vậy, nếu mình cầu pháp thì đối với tất cả các pháp, nên không có chỗ cầu."

Duy-ma-cật nói những lời ấy rồi, có năm trăm vị thiên tử đối với các pháp được Pháp nhãn tịnh.[1]

Lúc ấy, Trưởng giả Duy-ma-cật hỏi Văn-thù Sư-lợi: "Nhân giả đã từng dạo chơi vô số nước, có biết cõi Phật nào có những tòa sư tử đủ các công đức, đẹp đẽ cao trọng, mầu nhiệm hơn hết?"

Văn-thù Sư-lợi đáp: "Cư sĩ, từ đây đi về phương đông, vượt qua số cõi nước nhiều như số cát ba mươi sáu sông Hằng, có một thế giới tên là Tu-di Tướng. Đức Phật cõi ấy hiện nay hiệu là Tu-di Đăng Vương, thân cao đến tám mươi bốn ngàn do-tuần. Tòa sư tử của ngài cũng cao đến tám mươi bốn ngàn do-tuần, nghiêm sức bậc nhất."

Lúc ấy, trưởng giả Duy-ma-cật hiện sức thần thông. Tức thời đức Phật Tu-di Đăng Vương liền khiến cho ba mươi hai ngàn tòa sư tử cao rộng nghiêm tịnh hiện đến thất của ngài Duy-ma-cật. Chư Bồ Tát, chư đại đệ tử, Đế-thích, Phạm vương, bốn vị thiên vương từ trước tới nay chưa từng thấy việc ấy. Cảnh thất này trở nên rộng lớn, chứa đựng được ba mươi hai ngàn tòa sư tử, không có chướng ngại chi cả. Ở thành Tỳ-da-ly, ở cõi Diêm-phù-đề và ở bốn cõi thiên hạ cũng không có sự dồn ép chật chội, vẫn y nguyên như cũ.

---

[1] Pháp nhãn tịnh: địa vị ban sơ của cả hai thừa: Thanh văn thừa và Đại thừa.

Lúc ấy, Duy-ma-cật nói với Văn-thù Sư-lợi: "Thỉnh nhân giả và chư Bồ Tát thượng nhân cùng lên tòa sư tử ngồi. Quý ngài nên tự biến thân thể mình cao lớn như các tòa sư tử ấy."

Trong đại chúng, những vị Bồ Tát đắc thần thông liền tự biến thân hình cao bốn mươi hai ngàn do-tuần và ngồi lên tòa sư tử. Còn những vị Bồ Tát mới phát ý cùng các đại đệ tử đều không thể lên ngồi.

Lúc ấy, Duy-ma-cật bảo Xá-lợi-phất: "Thỉnh ngài lên ngồi tòa sư tử."

Xá-lợi-phất đáp: "Cư sĩ! Tòa ấy cao rộng quá, tôi không thể lên ngồi."

Duy-ma-cật nói: "Dạ, thưa ngài Xá-lợi-phất! Ngài hãy lễ bái đức Như Lai Tu-di Đăng Vương, rồi sẽ được ngồi."

Lúc ấy, những vị Bồ Tát mới phát ý cùng các đại đệ tử liền lễ bái đức Như Lai Tu-di Đăng Vương. Các vị liền được ngồi lên các tòa sư tử.

Xá-lợi-phất nói: "Cư sĩ, thật là việc chưa từng có! Như cái thất nhỏ này mà có thể chứa đựng các tòa sư tử cao rộng! Ở thành Tỳ-da-ly lại không có chi trở ngại. Lại các thôn xóm thành ấp trong cõi Diêm-phù-đề cùng các cung điện của chư thiên, long vương, quỷ thần trong bốn cõi thiên hạ cũng không bị sự dồn ép chật chội."

Duy-ma-cật nói: "Dạ, thưa ngài Xá-lợi-phất! Chư Phật và chư Bồ Tát có một pháp môn giải thoát gọi là Không thể nghĩ bàn. Nếu một vị Bồ Tát trụ ở pháp môn giải thoát ấy, người có thể đem núi Tu-di cao lớn mà đặt vào trong một hạt cải, nhưng không có bên nào thêm hoặc bên nào bớt. Tướng trạng núi chúa Tu-di vẫn y nguyên như cũ. Nhưng bốn vị thiên vương, chư thiên ở cảnh trời Đao-ly chẳng có cảm giác, chẳng hay biết rằng mình được đặt vào đó. Chỉ có người ứng hợp độ thế mới thấy núi Tu-di được đặt vào trong hạt cải mà thôi. Đó gọi là pháp môn giải thoát Không thể nghĩ bàn.

"Bồ Tát ấy lại đem hết nước bốn biển cả mà để vào trong một lỗ chân lông, nhưng chẳng làm rối loạn những vật sống ở dưới nước, như cá, rùa, nguyên, đà... Tuy nhiên, tánh chất trạng thái của biển cả vẫn y nguyên như cũ. Các loài rồng, quỷ, thần, a-tu-la[1] sống dưới biển cũng chẳng có cảm giác, chẳng hay biết rằng mình bị nhét vào lỗ chân lông. Các chúng sinh ấy cũng không bị một sự rối loạn nào do việc ấy.

"Lại nữa, Xá-lợi-phất! Vị Bồ Tát trụ ở pháp môn giải thoát Không thể nghĩ bàn, nắm lấy cõi thế giới tam thiên đại thiên như người thợ lò gốm cầm cái bàn xoay, đặt cõi ấy trong lòng bàn tay phải, rồi ném ra khỏi các cõi thế giới nhiều như số cát sông Hằng. Nhưng chúng sinh trong cõi ấy chẳng cảm giác, chẳng hay biết rằng họ đi tới đâu. Rồi Bồ Tát đem cõi thế giới ấy mà đặt lại chỗ cũ, tất cả chúng sinh trong

---

[1] A-tu-la, từ phiên âm chữ Phạn (Āsura), cũng gọi tắt là Tu-la, dịch nghĩa là Phi thiên, là hạng chúng sinh tuy có thần lực, có cung điện, song hình thể không được đoan chánh như chư thiên.

cõi ấy cũng chẳng có cái ý tưởng rằng đã đi và trở lại, và tướng trạng của thế giới ấy vẫn y nguyên như cũ.

"Lại nữa, Xá-lợi-phất! Hoặc có những chúng sinh muốn sống lâu ở thế gian mới độ thoát được, Bồ Tát liền kéo bảy ngày ra làm một kiếp, khiến những chúng sinh ấy bảo rằng đó là một kiếp. Hoặc có những chúng sinh chẳng muốn sống lâu mới độ thoát được, Bồ Tát liền thâu ngắn một kiếp làm bảy ngày, khiến những chúng sinh ấy bảo rằng đó là bảy ngày.

"Lại nữa, Xá-lợi-phất! Vị Bồ Tát trụ ở phép giải thoát Không thể nghĩ bàn, dùng việc nghiêm sức tất cả các cõi Phật mà tập trung lại một chỗ, rồi chỉ cho chúng sinh xem. Lại nữa, Bồ Tát đặt chúng sinh trong tất cả các cõi Phật vào lòng bàn tay phải của mình, bay đến mười phương, chỉ khắp nơi cho tất cả xem, nhưng chẳng làm lay động xứ sở của họ.

"Lại nữa, Xá-lợi-phất! Những đồ vật mà chúng sinh mười phương cúng dường chư Phật, Bồ Tát khiến họ nhìn thấy đủ hết trong một lỗ chân lông. Lại nữa, bao nhiêu những mặt trời, mặt trăng và tinh tú trong các cõi nước mười phương, Bồ Tát khiến cho người ta nhìn thấy cả trong một lỗ chân lông.

"Lại nữa, Xá-lợi-phất! Bao nhiêu những luồng gió trong các thế giới mười phương. Bồ Tát có thể hút cả vào miệng mình, nhưng thân mình không bị tổn hại. Còn ở ngoài thời các cây cối cũng không bị hư gãy chi cả.

"Lại nữa, vào thuở kiếp tận, các thế giới mười phương bị nạn cháy thiêu, Bồ Tát nuốt tất cả các đám lửa vào bụng mình, lửa vẫn cháy như cũ, nhưng mình chẳng bị hại gì.

"Lại nữa, Bồ Tát đi xuống phương dưới, trải qua các cõi Phật nhiều như số cát sông Hằng, nắm lấy một cõi Phật, rồi trải qua vô số thế giới nhiều như số cát sông Hằng mà đem cõi Phật ấy lên hướng trên, cũng như người ta ghim một lá táo nơi mũi cây kim mà dở lên vậy. Thế mà chẳng có chi rối loạn cả.

"Lại nữa, Xá-lợi-phất! Vị Bồ Tát trụ ở phép giải thoát Không thể nghĩ bàn này có thể dùng sức thần thông mà hiện làm thân Phật, hoặc hiện thân Bích chi Phật, hoặc hiện thân Thanh văn La-hán, hoặc hiện thân Đế-thích, hoặc hiện thân Phạm vương, hoặc hiện thân Thế chủ, hoặc hiện thân Chuyển luân Thánh vương.

"Lại nữa, bao nhiêu âm thanh trong các thế giới mười phương, tiếng lớn, tiếng vừa hoặc tiếng nhỏ, Bồ Tát có thể biến tất cả thành tiếng của Phật, diễn ra những tiếng: vô thường, khổ, không, vô ngã. Và bao nhiêu pháp mà chư Phật mười phương giảng thuyết, Bồ Tát khiến cho tất cả chúng sinh đều được nghe.

"Xá-lợi-phất! Nay tôi nói sơ qua những sức thần của phép giải thoát Không thể nghĩ bàn của Bồ Tát. Nếu tôi thuyết rộng thì dù trọn kiếp cũng không thể hết."

Lúc ấy, nghe thuyết pháp môn giải thoát Không thể nghĩ bàn của Bồ Tát, Đại Ca-diếp khen là chưa từng có, và bảo Xá-lợi-phất rằng: "Tỷ như một người kia hiện ra nhiều hình sắc trước mắt một kẻ mù, nhưng kẻ mù ấy nào có thấy được gì! Cũng vậy đó, tất cả các Thanh văn, nghe được pháp môn giải thoát Không thể nghĩ bàn này, đều không thể hiểu rõ. Hàng trí giả nghe được pháp môn này, ai mà chẳng phát tâm A-nậu-đa-la Tam-miệu Tam-bồ-đề? Tại sao chúng ta lại đoạn tuyệt căn cội của mình đối với Đại thừa, khiến tự mình như hạt giống hư hỏng? Tất cả các Thanh văn, khi nghe pháp môn giải thoát Không thể nghĩ bàn này rồi, đều nên kêu khóc, tiếng chấn động cõi thế giới tam thiên đại thiên! Tất cả chư Bồ Tát nên vui mừng lớn, đội đầu thọ lãnh pháp này! Nếu vị nào tin và hiểu pháp môn giải thoát Bất khả tư nghị này, thì tất cả chúng ma không làm gì được mình!"

Đại Ca-diếp nói lời ấy rồi, ba mươi hai ngàn vị thiên tử đều phát tâm A-nậu-đa-la Tam-miệu Tam-bồ-đề.

Lúc ấy, Duy-ma-cật nói với Ca-diếp rằng: "Nhân giả, trong vô lượng vô số thế giới mười phương, những người làm ma vương, đa số là những Bồ Tát trụ ở phép giải thoát Không thể nghĩ bàn. Vì dùng sức phương tiện để giáo hóa chúng sinh, nên các ngài hiện làm Ma vương.

"Lại nữa, Ca-diếp! Trong vô lượng chư Bồ Tát mười phương, hoặc có người theo xin những món như tay chân, lỗ tai, lỗ mũi, đầu, mắt, tủy não, máu thịt, da xương, xóm làng, thành ấp, vợ con, tôi tớ, voi ngựa, xe cộ, vàng bạc, lưu ly, xa cừ, mã não, san hô, hổ phách, trân châu, ngọc ngà, áo quần, thức ăn vật uống... Những người xin ấy, đa số là các Bồ Tát trụ ở phép giải thoát Không thể nghĩ bàn, dùng sức phương tiện đến thử thách, khiến cho người tu thêm kiên cố. Tại sao vậy? Vì Bồ Tát trụ ở phép giải thoát Không thể nghĩ bàn, nhờ có sức oai thần nên mới thi hành được những sự bức bách, chỉ cho chúng sinh việc khó khăn như vậy. Kẻ phàm phu yếu ớt, không có thế lực, không thể bức bách Bồ Tát như vậy. Tỷ như sự giẫm đạp của con voi chúa, chẳng phải sức con lừa chịu nổi. Đó gọi là cánh cửa phương tiện trí tuệ của Bồ Tát trụ ở phép giải thoát Không thể nghĩ bàn.

PHẨM THỨ BẢY
QUÁN CHÚNG SINH

Lúc ấy, Bồ Tát Văn-thù Sư-lợi hỏi Duy-ma-cật rằng: "Bồ Tát quán chúng sinh như thế nào?"

Duy-ma-cật đáp: "Ví như một nhà ảo thuật nhìn thấy người ảo hóa của mình. Bồ Tát quán chúng sinh cũng như vậy đó.

"Như bậc trí giả nhìn thấy mặt trăng dưới nước, như người soi thấy mặt mình trong gương, như những dợn sóng tuôn ra khi trời nắng nóng, như tiếng vang dội khi mình hô lên, như đám mây trên trời, như bọt trên mặt nước, như bong bóng nổi, như sự bền chắc của cây chuối, như sự lâu dài của lằn chớp, như đại thứ năm, như ấm thứ sáu, như tình thức thứ bảy, như nhập thứ mười ba, như giới thứ mười chín.[1] Bồ Tát quán chúng sinh như vậy đó.

---

[1] Những ví dụ nêu trong đoạn này đều là chỉ những sự vật không có. Như không có đại thứ năm, chỉ có bốn đại (tứ đại): địa, thủy, hỏa, phong. Không có ấm thứ sáu, chỉ có năm ấm: sắc, thọ, tưởng, hành, thức. Không có tình thức thứ bảy, chỉ có sáu thức: nhãn thức, nhĩ thức, tỷ thức, thiệt thức, thân thức, ý thức. Không có nhập thứ mười ba, chỉ có mười hai nhập: sáu căn nhập với sáu trần, sáu trần nhập với sáu căn. Không có giới thứ mười chín, chỉ có mười tám giới: sáu căn nội giới, sáu trần ngoại giới, sáu thức trung giới.

"Như hình sắc của cõi Vô sắc, như hạt giống bị hỏng, như người đắc quả Tu-đà-hoàn chấp có cái thân, như người đắc quả A-na-hàm vào thai, như người đắc quả A-la-hán vướng ba độc: tham lam, sân hận, ngu si, như Bồ Tát đắc nhẫn mà tham lam, giận hờn, phạm giới. Như tập khí phiền não của Phật, như kẻ đui nhìn thấy hình sắc, như người vào phép Diệt tận định có hơi thở ra vô, như dấu chân chim trên không, như đứa con của người đàn bà vô sinh,¹ như người ảo hóa vướng phiền não, như những vật thấy trong mộng sau khi thức dậy, như vị thánh diệt độ lại thọ sinh, như lửa không có khói.² Bồ Tát quán chúng sinh như vậy đó."

Bồ Tát Văn-thù Sư-lợi lại hỏi: "Nếu Bồ Tát làm phép quán như vậy thì vị ấy thực hành đức từ như thế nào?"

Duy-ma-cật đáp: "Bồ Tát quán như vậy rồi, tự nghĩ rằng: 'Ta nên thuyết với chúng sinh pháp như thế này, tức là đức từ chân thật: Nhờ hành từ tịch diệt, nên không có chỗ sinh. Nhờ hành từ chẳng nóng nảy, nên không có phiền não. Nhờ hành từ bình đẳng, nên ba đời: quá khứ, hiện tại, vị lai đều bình đẳng. Nhờ hành từ không tranh chấp, nên không khởi ra việc cãi cọ. Nhờ hành từ duy nhất chẳng hai, nên căn trong và trần ngoài chẳng hiệp. Nhờ hành từ

---

¹ Nguyên tác dùng thạch nữ (石女), chỉ người đàn bà mắc bệnh vô sinh, không thể có con.

² Những ví dụ nêu trong đoạn này đều muốn chỉ đến những chuyện vô lý, không thể có được trong thực tế.

chẳng hoại, nên tất cánh tịch diệt. Nhờ hành từ kiên cố, nên lòng không chê bỏ. Nhờ hành từ thanh tịnh, nên tính chất của pháp được trong sạch. Nhờ hành từ không bờ cõi, nên được như hư không. Nhờ hành từ A-la-hán, nên phá tan giặc phiền não trói buộc. Nhờ hành từ Bồ Tát, nên an ủi được chúng sinh. Nhờ hành từ Như Lai, nên được tướng chân như. Nhờ hành từ Phật, nên giác ngộ chúng sinh. Nhờ hành từ tự nhiên, nên không nhân đâu mà chứng đắc. Nhờ hành từ Bồ-đề, nên được địa vị bình đẳng duy nhất. Nhờ hành từ không đẳng cấp, nên đoạn tuyệt các ái luyến. Nhờ hành từ đại bi, nên dắt dẫn chúng sinh bằng Đại thừa. Nhờ hành từ không chán ngán, nên quán lẽ không, lẽ vô ngã. Nhờ hành từ thí pháp, nên không tiếc mà để dành. Nhờ hành từ giữ giới, nên cải hóa kẻ hủy cấm. Nhờ hành từ nhẫn nhục, nên kiềm giữ kẻ khác và mình. Nhờ hành từ tinh tấn, nên gánh vác chúng sinh. Nhờ hành từ thiền định, nên chẳng thọ nhận mùi vị. Nhờ hành từ trí tuệ, nên biết được thời cơ. Nhờ hành từ phương tiện, nên thị hiện tất cả. Nhờ hành từ không ẩn khuất, nên lòng dạ được ngay thẳng trong sạch. Nhờ hành từ tâm trí sâu vững, nên không có những hành động hỗn tạp. Nhờ hành từ không dối trá, nên không có việc hư giả. Nhờ hành từ an lạc, nên khiến được cái vui của Phật. Đức từ của Bồ Tát là như vậy đó."

Bồ Tát Văn-thù Sư-lợi lại hỏi: "Sao gọi là bi?"

Đáp rằng: "Bồ Tát tạo được bao nhiêu công đức đều chia sẻ hết thảy với tất cả chúng sinh."

"Sao gọi là hỷ?"

Đáp rằng: "Bồ Tát làm lợi ích chúng sinh thì vui vẻ không hối tiếc."

"Sao gọi là xả?"

Đáp rằng: "Bồ Tát làm những việc lợi ích phước đức mà không hề hy vọng nhận được phước báo."

Văn-thù Sư-lợi lại hỏi: "Ở chốn sinh tử có những điều ghê sợ, Bồ Tát nên nương vào đâu?"

Duy-ma-cật đáp: "Đối với những điều đáng sợ ở chốn sinh tử, Bồ Tát nên nương vào sức công đức của Như Lai."

Văn-thù Sư-lợi lại hỏi: "Bồ Tát muốn nương vào sức công đức của Như Lai, nên trụ vào đâu?"

Đáp rằng: "Bồ Tát muốn nương vào sức công đức của Như Lai, nên trụ ở việc độ thoát tất cả chúng sinh."

Lại hỏi: "Muốn độ thoát chúng sinh, nên trừ bỏ những gì?"

Đáp rằng: "Muốn độ thoát chúng sinh, nên trừ bỏ những phiền não của mình."

Lại hỏi: "Muốn trừ bỏ phiền não, nên làm việc gì?"

Đáp rằng: "Nên thực hành chánh niệm."

Lại hỏi: "Thực hành chánh niệm như thế nào?"

Đáp rằng: "Nên thực hành lẽ chẳng sinh chẳng diệt."

Lại hỏi: "Pháp nào chẳng sinh? Pháp nào chẳng diệt?"

Đáp rằng: "Pháp bất thiện chẳng sinh. Pháp thiện chẳng diệt."

Lại hỏi: "Pháp thiện và pháp bất thiện lấy chi làm gốc?"

Đáp rằng: "Cái thân là gốc."

Lại hỏi: "Thân lấy chi làm gốc?"

Đáp rằng: "Tham dục là gốc."

Lại hỏi: "Tham dục lấy chi làm gốc?"

Đáp rằng: "Phân biệt hư vọng là gốc."

Lại hỏi: "Phân biệt hư vọng lấy chi làm gốc?"

Đáp rằng: "Tư tưởng điên đảo là gốc."

Lại hỏi: "Tư tưởng điên đảo lấy chi làm gốc?"

Đáp rằng: "Không có chỗ trụ là gốc."

Lại hỏi: "Không có chỗ trụ lấy chi làm gốc?"

Đáp rằng: "Không có chỗ trụ thì không có gốc.

"Thưa ngài Văn-thù Sư-lợi, do nơi gốc là không có chỗ trụ mà tạo ra tất cả các pháp."

Lúc ấy, trong thất của Duy-ma-cật có một vị thiên nữ, thấy chư thiên và mọi người nghe thuyết pháp, bèn hiện hình ra, dùng hoa trời rảy lên cúng dường chư Bồ Tát và các đại đệ tử. Những đóa hoa chạm đến chư Bồ Tát rồi đều rơi xuống hết, nhưng chạm đến các vị đại đệ tử thì dính chắc vào người chẳng rơi. Tất cả các vị đại đệ tử đều dùng sức thần mà gỡ hoa ra, nhưng chẳng thể gỡ được.

Lúc ấy, thiên nữ hỏi Xá-lợi-phất: "Tại sao ông gỡ hoa?"

Đáp rằng: "Cài hoa này chẳng đúng theo pháp, nên tôi gỡ bỏ."

Thiên nữ nói: "Đừng bảo rằng hoa này chẳng đúng theo pháp. Hoa này vốn không có chỗ phân biệt, tự ngài khởi lên tư tưởng phân biệt. Người xuất gia theo Phật mà có tư tưởng phân biệt là không đúng như pháp. Nếu không có chỗ phân biệt, đó là đúng như pháp. Hãy nhìn các vị Bồ Tát kia, hoa chẳng dính vào thân, là vì các ngài đã đoạn tuyệt tất cả những tư tưởng phân biệt. Tỷ như người ta đương cơn sợ sệt thì loài phi nhân dễ bề làm hại. Cũng như vậy, vị đệ tử nào sợ sệt cuộc sinh tử thì hình sắc, âm thanh, hương vị, cảm xúc, sẽ dễ bề làm hại. Tự mình lìa khỏi sợ sệt, tất cả năm dục[1] chẳng làm gì mình được. Phiền não trói buộc chưa hết thì hoa kia còn dính mắc vào thân. Như phiền não trói buộc đã hết, hoa ấy chẳng dính được vào."

Xá-lợi-phất hỏi: "Thiên nữ ở thất này đã bao lâu rồi?"

Đáp rằng: "Tôi ở trong thất này cũng lâu như thời gian ông được giải thoát."

---

[1] Năm dục là: sắc dục, thanh dục, hương dục, vị dục, xúc dục.

Xá-lợi-phất hỏi: "Ở đây lâu vậy sao?"

Thiên nữ hỏi lại: "Ông được giải thoát cũng lâu lắm rồi sao?"

Xá-lợi-phất lặng thinh chẳng đáp.

Thiên nữ hỏi: "Bậc kỳ cựu đại trí,[1] sao lại lặng thinh?"

Đáp rằng: "Giải thoát đó, không thể dùng lời nói mà giải bày. Cho nên đối với việc ấy, tôi chẳng biết phải nói thế nào."

Thiên nữ nói: "Ngôn ngữ, văn tự đều là tướng của giải thoát. Tại sao vậy? Giải thoát ấy là: chẳng ở bên trong, chẳng ở bên ngoài, chẳng ở khoảng giữa của hai bên. Văn tự cũng chẳng ở bên trong, chẳng ở bên ngoài, chẳng ở khoảng giữa của hai bên.

"Xá-lợi-phất! Chớ nên lìa văn tự mà nói giải thoát. Tại sao vậy? Tất cả các pháp đều là tướng của giải thoát."

Xá-lợi-phất hỏi: "Chẳng phải là nhờ lìa dâm, nộ, si mà được giải thoát sao?"

Thiên nữ nói: "Với những kẻ có lòng kiêu mạn, Phật dạy rằng: lìa dâm, nộ, si là giải thoát. Những ai không có lòng kiêu mạn, Phật dạy rằng: tánh của dâm, nộ, si là giải thoát."

Xá-lợi-phất nói: "Lành thay, lành thay! Thiên

---

[1] Bậc kỳ cựu đại trí: Chỉ ngài Xá-lợi-phất. Trong các đệ tử của Phật, Xá-lợi-phất được Phật nhận là Trí tuệ đệ nhất. Nhân đó, người ta dùng tiếng Đại trí để gọi Xá-lợi-phất.

nữ, cô đắc quả chi, nhờ chứng bậc gì mà biện luận được như thế?

Thiên nữ nói: "Tôi không có chỗ đắc, không có chỗ chứng, nên biện luận như thế. Tại sao vậy? Nếu có chỗ đắc, có chỗ chứng thì đối với Phật pháp là kẻ tăng thượng mạn."[1]

Xá-lợi-phất hỏi thiên nữ: "Đối với ba thừa, chí cô cầu thừa nào?"

Thiên nữ nói: "Nếu cần đem pháp Thanh văn mà giáo hóa chúng sinh thì tôi làm Thanh văn. Nếu cần đem pháp nhân duyên mà giáo hóa chúng sinh thì tôi làm Bích-chi Phật.[2] Nếu cần đem pháp đại bi mà giáo hóa chúng sinh thì tôi thực hành Đại thừa.

"Xá-lợi-phất! Như người vào rừng chiêm-bặc,[3] chỉ ngửi thấy mùi hoa chiêm-bặc mà thôi chứ chẳng ngửi thấy mùi thơm nào khác. Cũng vậy, người vào thất này chỉ nghe hương thơm công đức Phật mà

---

[1] Tăng thượng mạn: người tu hành mà kiêu mạn, không tự biết mình, thường là không chứng quả mà tự cho là đã chứng quả.

[2] Bích-chi Phật (辟支佛; Sanskrit: **pratyekabuddha**; Pāli: **paccekabuddha**), phiên âm đầy đủ là Bích-chi-ca Phật-đà, là quả vị tu chứng nhờ quán xét lý Mười hai nhân duyên. Quả vị này được xem là thuộc Duyên giác thừa, một trong ba thừa: Thanh văn thừa, Duyên giác thừa và Phật thừa. Vì tự mình quán xét lý nhân duyên mà đạt đến giác ngộ, ngay cả trong những thế giới không có Phật ra đời, nên quả vị này còn được gọi là Độc giác Phật (獨覺佛), cũng được gọi là Duyên Giác Phật.

[3] Chiêm-bặc (Sanskrit: campaka): một thứ cây bên Ấn Độ, có hoa rất thơm, còn gọi là hoàng hoa, vì có màu vàng. Hoa này được dùng cúng Phật và làm dầu thắp đèn thờ.

thôi, chứ chẳng thích nghe hương thơm công đức của Thanh văn và Bích chi Phật.

"Xá-lợi-phất! Những vị như Đế-thích, Phạm vương, Bốn thiên vương, chư thiên, rồng, quỷ thần, khi vào thất này nghe vị thượng nhân[1] đây giảng thuyết chánh pháp, thảy đều ưa thích hương thơm công đức Phật, đều phát tâm cầu quả Phật và lui ra.

"Xá-lợi-phất! Tôi ở tại thất này đã được mười hai năm, chẳng hề nghe thuyết diễn pháp Thanh văn và pháp Bích chi Phật, chỉ nghe thuyết Đại thừa đại bi của Bồ Tát và pháp chẳng thể nghĩ bàn của chư Phật.

"Xá-lợi-phất! Trong thất này thường hiện ra tám pháp chưa từng có và khó được. Tám pháp đó là gì?

"Thất này thường dùng hào quang vàng ròng mà soi sáng, ban ngày cũng như ban đêm, chẳng dùng ánh sáng của mặt trời và mặt trăng. Đó là pháp thứ nhất chưa từng có và khó được.

"Thất này, khi người ta vào chẳng bị các cấu nhơ làm rối loạn. Đó là pháp thứ hai chưa từng có và khó được.

"Thất này thường có Đế-thích, Phạm vương, bốn Thiên vương, chư Bồ Tát các phương khác hội đến chẳng dứt. Đó là pháp thứ ba chưa từng có và khó được.

"Thất này là nơi thường thuyết diễn sáu ba-la-

---

[1] Thượng nhân: thiên nữ dùng từ này để chỉ ngài Duy-ma-cật.

mật,¹ là những pháp chẳng thối chuyển. Đó là pháp thứ tư chưa từng có và khó được.

"Thất này là nơi thường trỗi âm nhạc bậc nhất của chư thiên và nhân loại, từ nơi dây đàn phổ ra tiếng ca ngâm, diễn vô lượng pháp hóa. Đó là pháp thứ năm chưa từng có và khó được.

"Thất này có bốn kho tàng lớn, chứa đầy các của quý, chu cấp những kẻ bần cùng, cứu tế những người thiếu hụt, ai cầu thì được, dùng không hết. Đó là pháp thứ sáu chưa từng có và khó được.

"Tại thất này, Phật Thích-ca Mâu-ni, Phật A-di-đà, Phật A-súc, Phật Bảo Đức, Phật Bảo Viêm, Phật Bảo Nguyệt, Phật Bảo Nghiêm, Phật Nan Thắng, Phật Sư Tử Hưởng, Phật Nhất Thiết Lợi Thành... vô lượng chư Phật mười phương như vậy đều hiện đến khi vị thượng nhân đây niệm tưởng các ngài. Các ngài thuyết rộng pháp tạng bí yếu của chư Phật. Thuyết xong, bèn trở về. Đó là pháp thứ bảy chưa từng có và khó được.

"Trong thất này, cung điện nghiêm sức của tất cả chư thiên, các cõi tịnh độ của chư Phật đều hiện vào. Đó là pháp thứ tám chưa từng có và khó được.

"Xá-lợi-phất! Trong thất này, thường hiện ra tám pháp chưa từng có ấy. Ai là người đã thấy việc chẳng thể nghĩ bàn như vậy mà lại còn ưa thích pháp Thanh văn?"

---

¹ Sáu ba-la-mật: bố thí, trì giới, nhẫn nhục, tinh tấn, thiền định, trí tuệ.

Xá-lợi-phất hỏi: "Sao cô chẳng chuyển thân nữ làm thân nam?"

Thiên nữ nói: "Từ mười hai năm nay, tôi vẫn cầu cái tướng người nữ mà chẳng được, lấy gì mà chuyển? Tỷ như một nhà ảo thuật hóa ra một ảo nữ. Nếu có người hỏi nhà ảo thuật ấy rằng: 'Sao ông chẳng chuyển cái thân nữ này đi?' Người ấy có đặt câu hỏi một cách chánh đáng không?"

Xá-lợi-phất nói: "Không. Việc ảo hóa không có tướng nhất định, lấy gì để chuyển?"

Thiên nữ nói: "Tất cả các pháp lại cũng như vậy, không có tướng nhất định. Sao ngài lại hỏi việc chẳng chuyển thân nữ?"

Tức thời, thiên nữ dùng sức thần thông biến Xá-lợi-phất ra hình thiên nữ, còn thiên nữ lại hóa thân giống như Xá-lợi-phất, rồi hỏi rằng: "Tại sao ngài chẳng chuyển thân nữ?"

Xá-lợi-phất khi ấy mang hình dáng thiên nữ, đáp rằng: "Nay tôi chẳng biết chuyển biến thế nào mà lại thành thân nữ?"

Thiên nữ nói: "Như Xá-lợi-phất có thể chuyển đổi thân nữ ấy, thì tất cả người nữ cũng sẽ chuyển được thân của họ. Như Xá-lợi-phất chẳng phải người nữ mà hiện ra thân nữ, tất cả người nữ lại cũng như vậy. Tuy hiện làm thân nữ, nhưng chẳng phải là nữ. Vậy nên Phật có dạy: Tất cả các pháp chẳng phải nam, chẳng phải nữ."

Tức thời, thiên nữ thâu lại sức thần, Xá-lợi-phất trở lại hình dáng cũ.

Thiên nữ hỏi Xá-lợi-phất: "Sắc tướng thân nữ hiện giờ tại đâu?"

Xá-lợi-phất đáp: "Sắc tướng thân nữ chẳng phải tại, chẳng phải chẳng tại."

Thiên nữ nói: "Tất cả các pháp cũng như vậy, đều chẳng phải tại, chẳng phải chẳng tại. Chẳng phải tại, chẳng phải chẳng tại, đó là thuyết của Phật vậy."

Xá-lợi-phất hỏi thiên nữ: "Khi thác ở chốn này, cô sẽ sinh về đâu?"

Thiên nữ đáp: "Phật hóa sinh như thế nào, tôi cũng sinh ra như thế ấy."

Xá-lợi-phất nói: "Phật hóa sinh, chẳng phải thác rồi sinh."

Thiên nữ nói: "Chúng sinh cũng vậy, đều chẳng phải thác rồi sinh."

Xá-lợi-phất hỏi thiên nữ: "Bao lâu nữa cô sẽ đắc quả A-nậu-đa-la Tam-miệu Tam-bồ-đề?"

Thiên nữ đáp: "Như ngài Xá-lợi-phất trở lại làm kẻ phàm phu, khi ấy tôi sẽ thành A-nậu-đa-la Tam-miệu Tam-bồ-đề."

Xá-lợi-phất nói: "Tôi làm kẻ phàm phu, không thể có việc ấy."

Thiên nữ nói: "Tôi đắc quả A-nậu-đa-la Tam-miệu Tam-bồ-đề, cũng không thể có. Tại sao vậy?

Bồ-đề không có chỗ trụ, nên không có người chứng đắc."

Xá-lợi-phất nói: "Hiện nay, chư Phật đắc quả A-nậu-đa-la Tam-miệu Tam-bồ-đề, chư Phật đã đắc quả và chư Phật sẽ đắc quả nhiều như số cát sông Hằng. Những việc như vậy thì nói sao?"

Thiên nữ đáp: "Thảy đều do văn tự thế tục ghi chép, nên nói có ba đời, chứ chẳng phải Bồ-đề lại có quá khứ, vị lai, hiện tại."

Thiên nữ lại hỏi: "Xá-lợi-phất! Ông có đắc quả A-la-hán chăng?"

Đáp: "Vì không có chỗ đắc cho nên đắc."

Thiên nữ nói: "Chư Phật, Bồ Tát lại cũng như vậy. Vì các ngài không có chỗ đắc cho nên đắc."

Lúc ấy, Duy-ma-cật bảo Xá-lợi-phất: "Vị thiên nữ này đã từng cúng dường chín mươi hai ức chư Phật, đã thực hiện được những cuộc dạo chơi thần thông của Bồ Tát, sở nguyện đầy đủ, được đức nhẫn vô sinh, trụ ở địa vị chẳng thối chuyển. Vì bổn nguyện nên tùy ý mà hiện thân nữ để giáo hóa chúng sinh."

PHẨM THỨ TÁM
ĐẠO PHẬT

Lúc ấy, Bồ Tát Văn-thù Sư-lợi hỏi Duy-ma-cật rằng: "Bồ Tát làm sao thông đạt đạo Phật?

Duy-ma-cật nói: "Nếu Bồ Tát thi hành những việc trái đạo, đó là thông đạt đạo Phật."

Lại hỏi: "Thế nào là Bồ Tát thi hành những việc trái đạo?"

Duy-ma-cật đáp: "Nếu Bồ Tát thi hành năm tội vô gián[1] nhưng không có giận hờn; đến cảnh địa ngục nhưng không có cấu uế; đến cảnh súc sinh nhưng không có những tội lỗi như vô minh, kiêu mạn; đến cảnh ngạ quỷ nhưng đầy đủ công đức; đi lên các cõi trời Sắc giới và Vô sắc giới nhưng chẳng cho đó là

---

[1] Năm tội vô gián (Ngũ vô gián tội) hay còn gọi là Ngũ nghịch (五逆), Ngũ vô gián nghiệp (五無間業, Sanskrit: pañcanantaryakarmāṇi), là năm trọng tội phải bị đọa vào địa ngục Vô gián (Sanskrit: naraka), chịu sự hành hạ không gián đoạn. Năm tội ấy là:
   1. Giết cha (sát phụ 殺父; Sanskrit: pitṛghāta).
   2. Giết mẹ (sát mẫu 殺母; Sanskrit: mātṛghāta).
   3. Giết A-la-hán (sát A-la-hán 殺阿羅漢; Sanskrit: arhadvadha).
   4. Làm chảy máu thân Phật (xuất Phật thân huyết 出佛身血; Sanskrit: tathāgatasyāntike duṣṭacittarudhirotpadana).
   5. Chia rẽ Tăng-già (Phá hoà hợp tăng 破和合僧; Sanskrit: saṅghabheda).

hơn; thị hiện hành động tham dục nhưng lìa mọi nhiễm trước; thị hiện hành động sân nhuế, nhưng không có giận hờn ngăn trở đối với chúng sinh; thị hiện hành động ngu si nhưng dùng trí tuệ mà điều phục tâm mình; thị hiện hành động keo lận nhưng thí xả hết những vật sở hữu bên trong, bên ngoài của mình, chẳng tiếc cả thân mạng; thị hiện hành động hủy cấm, nhưng trụ yên nơi giới hạnh thanh tịnh, cho đến đối với tội nhỏ cũng rất sợ sệt; thị hiện như nóng giận, nhưng trong lòng thường từ hòa, nhẫn nhục; thị hiện ra bề giải đãi nhưng thật siêng tu công đức; thị hiện ra vẻ loạn động tâm ý, nhưng thường trụ nơi niệm và định; thị hiện hành động ngu si, nhưng thông đạt cả trí tuệ thế gian và xuất thế gian; thị hiện hành động dua nịnh dối trá nhưng giỏi về phương tiện, tùy theo nghĩa lý các kinh; thị hiện hành động kiêu mạn nhưng đối với chúng sinh như chiếc cầu chịu cho người người giẫm đạp.

"Thị hiện các phiền não nhưng lòng thường trong sạch; thị hiện vào chốn của ma nhưng thuận theo trí tuệ Phật, chẳng theo thuyết khác; thị hiện vào hàng Thanh văn nhưng giảng thuyết với chúng sinh những pháp mà họ chưa từng nghe; thị hiện vào hàng Bích chi Phật, nhưng thành tựu đức đại bi, giáo hóa chúng sinh; thị hiện vào chốn nghèo hèn cùng khổ nhưng có đôi tay quý, công đức vô tận; thị hiện vào bọn hình hài tàn tật nhưng có đủ các tướng chánh và tướng phụ trang nghiêm thân mình; thị hiện vào chốn hạ tiện nhưng vốn sinh trong dòng giống Phật, đầy đủ các công đức; thị hiện vào nhóm người gầy yếu xấu xí nhưng được thân hình lực sĩ cõi trời mà tất cả chúng sinh đều ưa nhìn; thị hiện vào hàng già, bệnh nhưng đã đoạn tuyệt gốc bệnh, vượt khỏi sự lo sợ về cái chết; thị hiện có vốn liếng sản nghiệp, nhưng thường quán tưởng lẽ vô thường, thật không có chỗ tham; thị hiện có vợ chánh, vợ thứ và các nàng hầu, nhưng thường lìa xa cảnh bùn lầy năm dục; thị hiện như kẻ chậm lụt ngu độn, nhưng thành tựu biện tài, tổng trì đầy đủ; thị hiện vào nơi bọn gian tà, nhưng dùng lẽ chánh mà độ chúng sinh; thị hiện vào khắp các nẻo, nhưng chặt đứt các nhân duyên với mình; thị hiện vào Niết-bàn, nhưng chẳng đoạn tuyệt sinh tử.

"Văn-thù Sư-lợi! Nếu Bồ Tát có thể thi hành những việc trái đạo như vậy, đó là Bồ Tát thông đạt đạo Phật."

Lúc ấy, Duy-ma-cật hỏi Bồ Tát Văn-thù Sư-lợi: "Những gì là hạt giống Như Lai?"

Bồ Tát Văn-thù Sư-lợi đáp: "Có thân này là hạt giống Như Lai. Vô minh với ái là hạt giống Như Lai. Tham, sân, si là hạt giống Như Lai. Bốn điên đảo,[1] năm triền cái,[2] sáu nhập là hạt giống Như Lai. Bảy

---

[1] Bốn điên đảo (Tứ điên đảo): Bốn tư tưởng trái ngược của phàm phu:
  1. Sự vật vô thường mà cho là thường
  2. Sự vật khổ mà cho là vui
  3. Sự vật vô ngã mà chấp là ngã
  4. Sự vật bất tịnh mà cho là tịnh

[2] Năm triền cái (Ngũ triền cái 五纏蓋 Sanskrit, Pāli: nīvaraṇa) Cũng gọi là Ngũ chướng, tức là năm trạng thái làm cho tâm thức

thức xứ,¹ Tám tà pháp,² Chín não xứ là hạt giống Như Lai. Mười bất thiện³ là hạt giống Như Lai. Nói tóm lại, sáu mươi hai kiến với tất cả phiền não đều là hạt giống Như Lai."

Duy-ma-cật hỏi: "Tại sao vậy?"

Văn-thù Sư-lợi đáp: "Người hiểu lẽ vô vi và vào chánh vị,⁴ không còn có thể phát tâm A-nậu-đa-la Tam-miệu Tam-bồ-đề. Tỷ như ở nơi cao ráo đất liền,

---

trì trệ, không đạt được định lực. Người tu cần phải trừ được hết năm uế nhiễm này mới đạt được Tứ thiền đầu tiên trong tám giai đoạn thiền định. Năm triền cái là:

1. Tham lam, mong cầu (tham dục 貪欲 Sanskrit: kāma-chanda),
2. Nóng giận (sân khuể 瞋恚 Sanskrit: vyāpāda, dveṣa, dośa),
3. Dễ buồn ngủ, mệt mỏi (thụy miên 睡眠, hôn trầm 惛沈 Sanskrit: middha, styāna),
4. Hối tiếc khó chịu (trạo hối 掉悔 Sanskrit: auddhatya, kaukrītya),
5. Nghi ngờ (nghi 疑 Sanskrit: vicikitsā).

¹ Bảy thức xứ (Thất thức xứ): Bảy chỗ tri giác: 1. Nhãn thức xứ, 2. Nhĩ thức xứ, 3. Tỷ thức xứ, 4. Thiệt thức xứ, 5. Thân thức xứ, 6. Ý thức xứ. 7. Mạt-na thức xứ.
Mạt-na thức là cội rễ của hai kiến chấp: ngã chấp và pháp chấp.

² Tám tà pháp (Bát tà pháp, trái với Bát chánh đạo): 1. Tà kiến, 2. Tà tư duy, 3. Tà ngữ, 4. Tà nghiệp, 5. Tà mạng, 6. Tà tinh tấn, 7. Tà niệm. 8. Tà định.

³ Mười bất thiện (Thập bất thiện đạo): Mười điều chẳng lành, cũng gọi là Thập ác, bao gồm: 1. Sát sinh, 2. Trộm cắp, 3. Tà dâm, 4. Vọng ngữ, 5. Ỷ ngữ, 6. Lưỡng thiệt, 7. Ác khẩu, 8. Tham dục, 9. Sân nhuế, 10. Tà kiến.

⁴ Chỉ các thánh quả Tiểu thừa.

hoa sen chẳng sinh. Ở chỗ thấp ướt bùn lầy, hoa sen mới sinh. Cũng vậy đó, người thấy pháp vô vi và vào chánh vị không còn có thể phát sinh Phật pháp. Ở nơi bùn lầy phiền não, mới có chúng sinh khởi lên Phật pháp.

"Lại như gieo giống ở không trung, chẳng thể nảy mầm. Gieo giống trên đất phân mùn, cây cối sinh trưởng tươi tốt. Cũng vậy, người vào vô vi và chánh vị chẳng thể phát sinh Phật pháp. Còn kẻ khởi ra ý kiến chấp có ta, dầu ý kiến sai lầm ấy có cao lớn như núi Tu-di, kẻ ấy vẫn còn có thể phát tâm A-nậu-đa-la Tam-miệu Tam-bồ-đề, nảy sinh Phật pháp.

"Vậy nên biết rằng: tất cả phiền não đều là hạt giống Như Lai. Cũng như không lặn xuống biển sâu thì không thể tìm được châu báu vô giá. Cũng vậy, nếu không vào trong biển cả phiền não, ắt không thể được của báu là Trí biết tất cả."

Lúc ấy, Đại Ca-diếp khen rằng: "Lành thay, lành thay! Văn-thù Sư-lợi, khoái thay những lời ấy! Đúng thật như lẽ mà ông đã nói. Đám trần lao là những hạt giống Như Lai. Nay chúng tôi chẳng còn đủ sức đảm nhận thi hành việc phát tâm A-nậu-đa-la Tam-miệu Tam-bồ-đề. Cho đến những kẻ phạm năm tội vô gián còn có thể phát ý sinh nơi Phật pháp, nhưng nay chúng tôi đây[1] lại chẳng có thể phát khởi tâm ý ấy! Tỷ như người căn cơ bại hoại, thì dù ở trong năm dục cũng chẳng còn thụ hưởng được gì. Cũng vậy,

---

[1] Chỉ hàng Thanh văn, Duyên giác, những người đã chứng quả Tiểu thừa.

các vị Thanh văn đã dứt phiền não trói buộc, thì dù ở trong Phật pháp cũng không còn được lợi ích gì, chẳng còn chí nguyện gì nữa!

"Văn-thù Sư-lợi! Vậy nên kẻ phàm phu đối với Phật pháp có chỗ trở lại, còn hàng Thanh văn thì không. Tại sao vậy? Kẻ phàm phu được nghe pháp Phật có thể phát tâm cầu đạo vô thượng, chẳng đoạn Tam bảo. Còn hàng Thanh văn dù có trọn đời nghe pháp Phật, oai lực, sức vô úy của Phật... thời cũng chẳng bao giờ có thể phát tâm cầu vô thượng đạo."

Lúc ấy, trong pháp hội, có một vị Bồ Tát tên là Phổ Hiện Sắc Thân, hỏi Duy-ma-cật rằng: "Cha mẹ, vợ con, thân thích quyến thuộc, với những kẻ cộng tác cùng những người quen biết của ông là những ai? Tôi trai tớ gái, voi ngựa xe cộ của ông, những thứ ấy ở đâu?"

Duy-ma-cật dùng kệ đáp rằng:

Trí độ là mẹ Bồ Tát,
Tùy nghi phương tiện là cha,
Chúng tăng là thầy hướng dẫn,
Bồ Tát do đó mà sinh.

Pháp hỷ dùng làm vợ nhà,
Lòng từ bi là con gái,
Tâm thiện thật là con trai,
Không tịch rốt ráo là nhà.

Trần lao là các đệ tử,
Tùy ý mình mà chuyển biến.
Đạo phẩm là bạn hiền lành,
Nhờ đó được thành chánh giác.

Các pháp độ là bạn bè,
Bốn nhiếp là những ả đào,
Pháp ngôn là ca vịnh ngâm,
Lấy đó mà làm âm nhạc.

Tổng trì là cảnh vườn tược,
Pháp vô lậu là cây rừng,
Giác ý là hoa đẹp thơm,
Trí tuệ giải thoát là quả.

Tám giải thoát là ao tắm,
Tâm định là nước đầy trong,
Hoa bảy báu tịnh là vải,
Người vô cấu là: tắm gội.

Năm thông chạy là voi ngựa,
Đại thừa dùng làm xe cộ,
Nhất tâm là người điều ngự,
Tám chánh đạo đường dạo chơi.

Tướng chánh đủ, dùng nghiêm thân,
Tướng phụ đẹp, trang sức hình,
Hổ thẹn là áo lớn ngoài,
Lòng sâu vững: hoa kết đơm.

Bảy tài bảo[1] *là giàu có,*
Dạy truyền là việc gia tăng,
Theo như thuyết mà tu hành,
Hồi hướng là lợi to lớn.
Bốn thiền[2] *là ghế trong rừng,*

---

[1] Bảy tài bảo (Thất tài bảo), thường gọi là Thất tài (七財, Sanskrit: saptadhanāṇi), là bảy điều quý giá của người tu học. Đó là:
    1. Tín tài (信財; Sanskrit: śraddhādhana): lòng tin vững chắc là của báu.
    2. Giới tài (戒財; Sanskrit: śīladhana): lấy giới luật thanh tịnh làm của báu.
    3. Tàm tài (慚財; Sanskrit: hrīdhana): biết cung kính, tùy thuận người có đức hạnh, tự thấy hổ thẹn về việc xấu đã làm, đó là của báu.
    4. Quí tài (愧財; Sanskrit: apatrāpya, apatrapādhana): biết sợ quả báo của tội lỗi, biết xấu hổ với người khác khi làm việc xấu, đó là của báu.
    5. Văn tài (聞財; Sanskrit: śrutadhana): lấy việc được nghe thuyết pháp, hiểu biết rộng là của báu.
    6. Xả tài (捨財) hoặc Thí tài (施財; Sanskrit: tyāgadhana): xem bố thí là của báu.
    7. Huệ tài (慧財; Sanskrit: prajñādhana): Trí tuệ là của báu.

[2] Bốn thiền (Tứ thiền), bốn cấp độ thiền định, người đạt đến thì thần thức vượt khỏi cõi Dục giới, lên tới cõi Sắc giới, nhưng chưa vào cõi Vô sắc giới. Tứ thiền là:
    1. Sơ thiền: tâm tập trung vào một cảnh, các tâm tầm (Sanskrit, Pāli: vitarka), tứ (Sanskrit, Pāli: vicāra), hoàn toàn ly dục và không còn các bất thiện pháp. Người đạt sơ thiền cảm nhận các trạng thái hỷ (Sanskrit: prīti), lạc (Sanskrit: sukha) và Xả (Sanskrit: upekṣā).
    2. Nhị thiền: tâm không còn tầm, tứ. Nội tĩnh, nhất tâm. Trạng thái này là hỷ, lạc, xả.
    3. Tam thiền: lìa trạng thái hỷ, chỉ còn trạng thái lạc và xả.
    4. Tứ thiền: lìa trạng thái lạc, chỉ còn riêng cảm giác xả và chính niệm.

ĐẠO PHẬT

Do nơi đó tịnh mạng sinh,
Đa văn tăng thêm trí tuệ,
Lấy đó làm tiếng tự giác.

Pháp cam-lộ là thức ăn,
Vị giải thoát là nước tương,
Tâm tịnh là việc tẩy rửa,
Giới phẩm là món hương phết.

Đánh tan lũ giặc phiền não,
Dũng kiện chẳng ai hơn nổi,
Hàng phục được bốn thứ ma,[1]
Cờ chiến thắng cắm đạo trường.

Tuy biết rằng không khởi diệt,
Nhưng thị hiện có sinh sống,
Hiện thân nơi các quốc độ,
Như mặt nhật ai cũng thấy.

Trải mười phương cúng dường khắp,
Vô lượng ức đấng Như Lai.
Chư Phật với thân mình đây,
Không khác chi đừng phân biệt.
Tuy biết rằng các nước Phật,
Với chúng sinh đều là không,

---

[1] Bốn thứ Ma (Tứ chủng ma) Bốn thứ nghịch hại, gây rối loạn nơi tâm thân: 1. Phiền não ma. 2. Ấm ma (sắc, thọ, tưởng, hành, thức là ma), 3. Tử ma (Ma chết hại căn mạng), 4. Tha hóa tự tại thiên tử ma (Những ma trời dưới quyền Ma vương).

*Nhưng thường tu môn Tịnh độ,
Siêng giáo hóa khắp quần sinh.*

*Tất cả các loài chúng sinh,
Thân hình, tiếng nói, oai nghi,
Bồ Tát với sức không sợ,
Một lúc hiện ra hết thảy.*

*Biết rõ các việc của ma,
Nhưng thị hiện theo hạnh ấy.
Dùng trí tuệ phương tiện khéo,
Tùy ý hiện chi cũng được:*

*Hoặc thị hiện già, bệnh, chết,
Giúp chúng sinh được thành tựu.
Hiểu rành như trò ảo hóa,
Thông đạt không chi ngăn ngại.*

*Hoặc hiện kiếp tận lửa cháy,
Trời đất thảy đều trống rỗng,
Những kẻ có tư tưởng thường,
Soi khiến họ biết vô thường.*

*Vô số ức các chúng sinh,
Cùng nhau đến thỉnh Bồ Tát,
Một khi người đến nhà họ,
Khiến họ hồi hướng Phật đạo.*

*Kinh sách, giới cấm, chú thuật,
Công nghệ, kỹ thuật khéo léo,*

Người hiện làm các việc ấy,
Giúp lợi ích cho quần sinh.

Các đạo pháp ở thế gian,
Đều ở đó mà xuất gia,
Người nhân đó ngăn chỗ lầm,
Nhưng chẳng rơi vào tà kiến.

Hoặc làm nhật thiên, nguyệt thiên,
Hoặc Phạm vương chủ thế giới,
Có khi làm đất, làm nước,
Lại cũng làm gió, làm lửa.

Trong kiếp nếu có bệnh dịch,
Người hiện làm các dược thảo,
Như kẻ bệnh uống thuốc ấy,
Bệnh liền dứt, tiêu các độc.

Nếu trong kiếp có đói kém,
Hiện thân làm món ăn uống,
Trước cứu những kẻ đói khát,
Kế đem pháp dạy chúng nhân.

Trong kiếp có những đao binh,
Vì đó người khởi từ bi,
Hóa độ những chúng sinh ấy,
Khiến họ trụ cảnh không tranh.

Nếu xảy ra trận đại chiến,
Đứng lên dùng sức bình đẳng,

Bồ Tát hiện ra oai thế,
Hàng phục chúng, khiến yên hòa.

Hết thảy ở trong cõi nước,
Những nơi nào có địa ngục,
Người liền đến các chốn ấy,
Cứu giúp khỏi mọi khổ não.

Hết thảy khắp trong cõi nước,
Súc sinh ăn thịt lẫn nhau,
Người thị hiện sinh nơi đó,
Làm lợi ích cho hạng ấy.

Người thị hiện thọ năm dục,
Lại cũng thị hiện hành thiền,
Làm cho lòng ma rối loạn,
Chúng chẳng được bề tiện lợi.

Trong lửa sinh ra hoa sen,
Đó gọi là việc ít có.
Tại năm dục mà hành thiền,
Lại cũng là việc ít có.

Hoặc thị hiện làm dâm nữ,
Dẫn dụ những kẻ háo sắc,
Trước đem dục mà dẫn dắt,
Sau khiến họ vào Phật trí.

Hoặc hiện làm chúa thành ấp,
Hoặc hiện làm chủ đoàn buôn,

Làm quốc sư, làm đại thần,
Để làm lợi ích chúng sinh.

Đối với những kẻ bần cùng,
Thị hiện làm kho vô tận,
Nhân đó bèn khuyên dắt họ,
Khiến họ phát tâm Bồ-đề.

Với kẻ ngã mạn kiêu căng,
Thị hiện làm đại lực sĩ,
Khuất phục những kẻ cống cao,
Khiến trụ vào Vô thượng đạo.

Nếu có những kẻ sợ sệt,
Đối diện họ, người an ủi,
Trước thí cho sự an ổn,
Sau khiến họ phát đạo tâm.

Hoặc thị hiện lìa dâm dục,
Làm vị tiên nhân năm thông,
Mở mang dắt dẫn quần sinh,
Khiến họ trụ giới, nhẫn, từ.

Nếu ai cần kẻ cung phụng,
Người thị hiện làm tôi tớ.
Khi đã làm vừa ý chủ,
Bèn khiến phát khởi đạo tâm.

Như ai muốn đủ đồ dùng,
Mới chịu đắc nhập Phật đạo.

Người dùng sức phương tiện khéo,
Cấp cho đầy đủ món cần.

Đạo vô lượng là như vậy,
Sở hành bao la không bến,
Trí tuệ rộng rãi không bờ,
Độ thoát vô số chúng sinh.

Ví như tất cả chư Phật,
Trải qua vô số ức kiếp,
Ngợi khen công đức của người,
Cũng không thể bày tỏ hết.

Ai nghe được pháp như vậy,
Mà chẳng phát tâm Bồ-đề?
Trừ ra những kẻ xuẩn ngốc,
Si mê không có trí tuệ.

PHẨM THỨ CHÍN

VÀO PHÁP MÔN CHẲNG PHÂN HAI[1]

Lúc ấy, Duy-ma-cật nói với các vị Bồ Tát rằng: "Các vị nhân giả! Thế nào là Bồ Tát vào pháp môn Chẳng phân hai? Xin các ngài tùy ý nói ra.

Trong Pháp hội có một vị Bồ Tát tên là Pháp Tự Tại, nói rằng: "Các nhân giả! Sinh với diệt là hai. Các pháp xưa vốn chẳng sinh, nay tất nhiên chẳng diệt. Được pháp nhẫn vô sinh ấy là vào pháp môn Chẳng phân hai."

Bồ Tát Đức Thủ nói: "Ta với vật của ta là hai. Nhân có cái ta nên có vật của ta. Nếu không có cái ta, ắt chẳng có cái gọi là vật của ta. Đó là vào pháp môn Chẳng phân hai."

Bồ Tát Bất Huyễn nói: "Thọ với chẳng thọ là hai. Nếu chẳng thọ pháp, ắt chẳng đắc pháp. Vì không có đắc nên cũng không có giữ, không có bỏ, không có tạo tác, không có hành động. Đó là vào pháp môn Chẳng phân hai."

---

[1] Pháp môn Chẳng phân hai (Bất nhị pháp môn): Dịch sát nghĩa là "chẳng hai", hoặc "không hai", nhưng hàm ý ở đây nói đến sự phân biệt, chia chẻ trong nhận thức. Kinh văn tiếp sau có nhiều đoạn cho thấy "bất nhị" không ngụ ý nói đến số lượng tính đếm, mà nhấn mạnh vào sự phân biệt đối với các pháp. Vì thế, chúng tôi dịch là "chẳng phân hai" để diễn ý không phân biệt.

Bồ Tát Đức Đỉnh nói: "Dơ nhớp với trong sạch là hai. Khi thấy được tánh thật của dơ nhớp, ắt không có tướng trong sạch, bèn thuận theo tướng diệt. Đó là vào pháp môn Chẳng phân hai."

Bồ Tát Thiện Tú nói: "Hành động với ý niệm là hai. Nếu chẳng có động ắt không có niệm. Không niệm, tức là không phân biệt. Thông đạt lẽ ấy tức là vào pháp môn Chẳng phân hai."

Bồ Tát Thiện Nhãn nói: "Một tướng với không tướng là hai. Nếu ai biết rằng một tướng tức là không tướng, cũng chẳng chấp lấy không tướng thì vào nơi bình đẳng. Đó là vào pháp môn Chẳng phân hai."

Bồ Tát Diệu Tý nói: "Tâm Bồ Tát với tâm Thanh văn là hai. Khi quán tướng của tâm vốn không, chỉ như ảo hóa thì không có tâm Bồ Tát, không có tâm Thanh văn. Đó là vào pháp môn Chẳng phân hai."

Bồ Tát Phất Sa nói: "Thiện với bất thiện là hai. Nếu chẳng khởi các điều thiện, bất thiện, vào được chỗ không tướng và thông đạt, đó là vào pháp môn Chẳng phân hai."

Bồ Tát Sư Tử nói: "Tội với phước là hai. Nếu thấu đạt tánh của tội thì tội với phước không khác. Dùng trí tuệ kim cang[1] soi rõ tướng ấy, không có buộc trói, không có cởi mở, đó là vào pháp môn Chẳng phân hai."

---

[1] Trí tuệ kim cang (Kim cang tuệ): Kim cang là thứ cứng rắn nhất, sắc bén nhất, có thể cắt đứt mọi vật. Trí tuệ của người tu hành chân chánh cũng như thế, nên gọi là cái Trí tuệ kim cang.

Bồ Tát Sư Tử Ý nói: "Phiền não với không phiền não là hai. Nếu đạt đến chỗ các pháp đều bình đẳng, ắt chẳng sinh khởi những tư tưởng có phiền não hay không có phiền não. Chẳng chấp trước tướng, cũng chẳng trụ nơi không tướng. Đó là vào pháp môn Chẳng phân hai."

Bồ Tát Tịnh Giải nói: "Hữu vi với vô vi là hai. Nếu lìa khỏi tất cả tính đếm thì tâm như hư không. Nhờ trí tuệ thanh tịnh, nên không có chi trở ngại. Đó là vào pháp môn Chẳng phân hai."

Bồ Tát Na-la-diên nói: "Thế gian với xuất thế gian là hai. Tánh của thế gian là không, như vậy là xuất thế gian. Trong đó chẳng có vào, chẳng có ra, chẳng có sự đầy tràn, chẳng có sự lìa tan. Đó là vào pháp môn Chẳng phân hai."

Bồ Tát Thiện Ý nói: "Sinh tử với Niết-bàn là hai. Nếu thấy tánh sinh tử, ắt không có sinh tử, không có buộc, không có mở, chẳng có sinh khởi, chẳng có diệt mất. Hiểu được như vậy là vào pháp môn Chẳng phân hai."

Bồ Tát Hiện Kiến nói: "Dứt với không dứt là hai. Nhưng xét cho đến cùng các pháp thì dứt cũng như không dứt đều là tướng không dứt. Tướng không dứt tức là không. Đã là không, tất không có các tướng dứt hay không dứt. Thấu nhập như vậy là vào pháp môn Chẳng phân hai."

Bồ Tát Phổ Thủ nói: "Ngã với vô ngã là hai. Cái ngã còn không thể nắm bắt, làm sao có thể nắm bắt cái vô ngã? Nếu thấy được tánh thật của ngã thì chẳng còn phát khởi cái tư tưởng phân hai. Đó là vào pháp môn Chẳng phân hai."

Bồ Tát Điện Thiên nói: "Sáng suốt với mê lầm là hai. Tánh thật của mê lầm chính là sáng suốt. Cái sáng suốt cũng không thể nắm giữ, lìa khỏi sự tính đếm. Đối với lẽ ấy, lòng bình đẳng chẳng phân hai. Đó là vào pháp môn Chẳng phân hai."

Bồ Tát Hỷ Kiến nói: "Sắc với không là hai.[1] Sắc tức là không, chẳng phải sắc diệt mới là không, mà tánh của sắc tự nó là không. Thọ, tưởng, hành, thức lại cũng như vậy.

"Thức với không là hai. Thức tức là không, chẳng phải thức diệt mới là không mà tánh của thức tự nó là không. Trong chỗ này có thể thông đạt là vào pháp môn Chẳng phân hai."

Bồ Tát Minh Tướng nói: "Bốn đại khác nhau[2]

---

[1] Sắc, Thọ, Tưởng, Hành, Thức, là năm ấm (năm uẩn) hợp thành thân tâm người ta. Trừ ra sắc ấm, còn bốn ấm sau: Thọ, Tưởng, Hành, Thức là thuộc về tâm, chẳng phải sắc (phi sắc).
    1. Sắc ấm: Năm căn trong thân, năm trần ở ngoài và những vật hữu hình.
    2. Thọ ấm: Đối cảnh, bèn thọ cái cảm vui sướng hoặc buồn khổ, hoặc không vui không khổ.
    3. Tưởng ấm: Đối cảnh, nhận ra sự đen, trắng, nhỏ, to, dài, ngắn, đàn ông, đàn bà...
    4. Hành ấm: Đối cảnh, đem lòng ham muốn hoặc ghét giận.
    5. Thức ấm: Đối cảnh, bèn hiểu biết, phân biệt sự vật.

[2] Nguyên văn dùng Tứ chủng, tức là Bốn đại chủng hay Tứ đại (四大 Sanskrit: **mahā-bhūta**), bốn yếu tố cấu thành con người và vạn vật: đất, nước, lửa, gió (địa, thủy, hỏa, phong).

với không¹ là hai. Tánh của bốn đại tức là tánh của không. Như khoảng trước và khoảng sau là không, cố nhiên khoảng giữa cũng là không. Có thể hiểu được tánh của các đại là như vậy, đó là vào pháp môn Chẳng phân hai."

Bồ Tát Diệu Ý nói: "Mắt với hình sắc là hai. Nếu hiểu được tánh thật của mắt, đối với hình sắc chẳng khởi tham trước, chẳng khởi giận hờn, chẳng khởi si mê, đó gọi là tịch diệt.

"Cũng vậy, tai với âm thanh, mũi với mùi hương, lưỡi với vị nếm, thân với cảm xúc, ý với các pháp đều là hai.² Nếu hiểu được tánh thật của ý, đối với các pháp chẳng khởi tham trước, chẳng khởi giận hờn, chẳng khởi si mê, đó gọi là tịch diệt. Trụ yên ở lẽ này là vào pháp môn Chẳng phân hai."

Bồ Tát Vô Tận Ý nói: "Bố thí với hồi hướng quả Phật³ là hai. Tánh của bố thí tức là tánh của việc hồi hướng quả Phật.

---

[1] Có thuyết cho rằng "không" cũng là một đại chủng, là yếu tố thứ năm cấu thành con người và vạn vật. (Như vậy thành có năm đại.)

[2] Sáu căn: mắt, tai, mũi, lưỡi, thân, ý (nhãn, nhĩ, tỷ, thiệt, thân, ý) của phàm nhân thường lấy Sáu trần: hình sắc, âm thanh, mùi hương, vị nếm, xúc chạm, các hiện tượng (sắc, thanh, hương, vị, xúc, pháp) làm đối tượng tiếp nhận và phân biệt. Đối với bậc giác ngộ, khi sáu căn tiếp xúc với sáu trần không sinh khởi sự phân biệt, tham trước, vì thế cũng chẳng khởi nên các trạng thái tham, sân, si.

[3] Nguyên văn dùng "Hồi hướng nhất thiết trí", nghĩa là hướng về cái trí tuệ biết tất cả, chính là trí tuệ của Phật. Vì vậy, cũng có nghĩa là hồi hướng quả Phật, cầu thành Chánh giác.

"Cũng vậy, trì giới, nhẫn nhục, tinh tấn, thiền định, trí tuệ và hồi hướng quả Phật là hai. Tánh của trí tuệ tức là tánh của hồi hướng quả Phật. Trong chỗ này thể nhập được một tướng duy nhất tức là vào pháp môn Chẳng phân hai."

Bồ Tát Thâm Huệ nói: "Phân biệt các môn giải thoát: không, vô tướng, vô tác là hai. Không tức là vô tướng. Vô tướng tức là vô tác. Nếu thật là không, vô tướng, vô tác thì không có tâm, ý, thức. Vào một môn giải thoát tức là vào ba môn giải thoát. Đó là vào pháp môn Chẳng phân hai."

Bồ Tát Tịch Căn nói: "Phân biệt Tam bảo: Phật, Pháp, Tăng là hai. Phật tức là Pháp. Pháp tức là Tăng. Tam bảo đều là tướng vô vi, bình đẳng như hư không. Tất cả các pháp lại cũng như vậy. Nếu có thể làm theo như thế tức là vào pháp môn Chẳng phân hai."

Bồ Tát Tâm Vô Ngại nói: "Thân với sự diệt mất của thân là hai. Thân tức là sự diệt mất của thân. Tại sao vậy? Người thấy tướng thật của thân, chẳng thấy có thân, cũng chẳng thấy có sự diệt mất của thân. Thân và sự diệt mất của thân không phải là hai, không có phân biệt. Đối với lẽ ấy mà chẳng kinh hãi, chẳng sợ sệt, đó là vào pháp môn Chẳng phân hai."

Bồ Tát Thượng Thiện nói: "Phân biệt nghiệp lành của thân, miệng, ý là hai. Ba nghiệp đều là tướng không tạo tác. Tướng không tạo tác của thân tức là tướng không tạo tác của miệng. Tướng không tạo tác của miệng tức là tướng không tạo tác của ý. Đây là tướng không tạo tác của ba nghiệp, tức là tướng không tạo tác của tất cả các pháp. Nếu có thể tùy theo cái trí tuệ không tạo tác như thế, đó là vào pháp môn Chẳng phân hai."

Bồ Tát Phước Điền nói: "Phân biệt phước hành, tội hành với bất động hành là hai.[1] Tánh thật của ba hành ấy là không. Đã là không thì không có phước hành, không có tội hành, không có bất động hành. Chẳng khởi lên ba hành ấy tức là vào pháp môn Chẳng phân hai."

Bồ Tát Hoa Nghiêm nói: "Do theo cái ta mà khởi ra hai pháp, đó là hai. Thấy được tướng thật của cái ta, chẳng khởi ra hai pháp. Nếu chẳng trụ nơi hai pháp, thì không có cái thức, sự nhận biết. Không có chỗ nhận biết, đó là vào pháp môn Chẳng phân hai."

Bồ Tát Đức Tạng nói: "Tướng có chỗ được là hai. Nếu không có chỗ được thì không có giữ lấy hoặc bỏ đi. Không giữ, không bỏ, đó là vào pháp môn Chẳng phân hai."

Bồ Tát Nguyệt Thượng nói: "Tối với sáng là hai. Không tối, không sáng thì chẳng khởi ra hai pháp.

---

[1] Nguyên văn dùng tội hành (罪行), phước hành (福行) và bất động hành (不動行). Tội hành là những việc làm tạo ra nghiệp ác, phước hành là những việc làm tạo ra nghiệp thiện, và bất động hành là những việc làm tạo ra nghiệp thuộc Sắc giới và Vô sắc giới.

Tại sao vậy? Như khi nhập định Diệt thọ tưởng[1] thì không có tối, không có sáng. Tướng của tất cả các pháp lại cũng như vậy. Đắc nhập lẽ ấy một cách bình đẳng là vào pháp môn Chẳng phân hai."

Bồ Tát Bảo Ấn Thủ nói: "Ưa thích Niết-bàn, chẳng thích thế gian là hai. Nếu mình chẳng ưa thích Niết-bàn, chẳng chán bỏ thế gian thì chẳng phân hai. Tại sao vậy? Nếu có buộc thì có mở. Nếu vốn không trói buộc, ai cần cởi mở? Không buộc, không mở ắt không thích, không chán. Đó là vào pháp môn Chẳng phân hai."

Bồ Tát Châu Đỉnh Vương nói: "Chánh đạo với tà đạo là hai. Người trụ ở chánh đạo ắt không có sự phân biệt đây là tà, đây là chánh. Lìa khỏi hai lẽ ấy là vào pháp môn Chẳng phân hai."

Bồ Tát Lạc Thật nói: "Thật với không thật là hai. Người thấy biết chân thật thì cái thật còn chẳng thấy, huống chi cái không thật? Tại sao vậy? Đó chẳng phải chỗ thấy của nhục nhãn, chỉ tuệ nhãn mới thấy được. Mà tuệ nhãn ấy thì không thấy, cũng chẳng phải không thấy. Đó là vào pháp môn Chẳng phân hai."

Cứ như vậy, tất cả các vị Bồ Tát đều tuần tự mỗi

---

[1] Phép định Diệt thọ tưởng (**Sanskrit, Pāli:** nirodha-samāpatti), tức là Diệt thọ tưởng định, một phép định mà trong đó tất cả mọi suy nghĩ đều ngưng bặt. Đó là giai đoạn người tu đã vượt qua Tứ thiền bát định. Trạng thái giải thoát này có thể kéo dài nhiều ngày (nhiều nhất là bảy ngày).

người nói ra, rồi mới hỏi ngài Văn-thù Sư-lợi: "Thế nào là Bồ Tát vào pháp môn Chẳng phân hai?"

Bồ Tát Văn-thù Sư-lợi đáp: "Theo ý tôi, đối với tất cả các pháp, mình không nói, không thuyết, không chỉ, không nhớ, lìa khỏi sự vấn đáp. Đó là vào pháp môn Chẳng phân hai."

Lúc ấy, Văn-thù Sư-lợi hỏi Duy-ma-cật: "Chúng tôi mỗi người đều đã nói ra, vậy nhân giả cũng nên nói ra, thế nào là Bồ Tát vào pháp môn Chẳng phân hai?"

Bấy giờ, Duy-ma-cật lặng thinh không nói.

Văn-thù Sư-lợi khen rằng: "Lành thay, lành thay! Cho đến không có cả ngữ ngôn, văn tự, đó mới thật là vào pháp môn Chẳng phân hai."

Khi phẩm "Vào pháp môn Chẳng phân hai" này được thuyết, trong chúng hội có năm ngàn vị Bồ Tát đều vào pháp môn Chẳng phân hai, đắc Vô sinh pháp nhẫn.

PHẨM THỨ MƯỜI
PHẬT HƯƠNG TÍCH

Lúc ấy, Xá-lợi-phất tự nghĩ rằng: "Sắp đến giờ ăn trong ngày, các vị Bồ Tát sẽ ăn gì đây?

Bấy giờ, Duy-ma-cật biết ý nghĩ ấy, liền bảo rằng: "Phật có dạy tám môn giải thoát, nhân giả đã vâng làm theo. Lẽ nào lại đem cái tâm muốn ăn mà nghe pháp sao? Như ngài muốn ăn, xin đợi cho giây lát, tôi sẽ khiến ngài được món ăn chưa từng có."

Liền đó, Duy-ma-cật nhập vào Tam-muội, dùng sức thần thông khiến cho đại chúng nhìn thấy về hướng trên, cách đây nhiều cõi Phật liên tiếp nhau như số cát của bốn mươi hai con sông Hằng, có một cõi nước tên là Chúng Hương, hiện có đức Phật hiệu là Hương Tích ngự tại đó. Nước ấy có mùi thơm bậc nhất đối với các mùi thơm của người ta và chư thiên ở các thế giới chư Phật mười phương. Ở cõi ấy, không có tiếng Thanh văn và Bích chi Phật. Chỉ có chúng Đại Bồ Tát thanh tịnh mà thôi. Phật thuyết pháp với các vị Đại Bồ Tát ấy. Khắp cõi ấy, mùi thơm tạo ra lầu gác. Người ta đi trên đất bằng mùi thơm. Các cảnh hoa viên và vườn tược đều bằng mùi thơm. Từ nơi thức ăn, mùi thơm bay tỏa ra khắp vô lượng thế giới mười phương. Lúc ấy, Phật Hương Tích với chư Bồ Tát vừa ngồi lại với nhau sắp thọ thực. Có những vị thiên tử, đồng một danh hiệu là Hương Nghiêm, thảy đều phát tâm A-nậu-đa-la Tam-miệu Tam-bồ-đề, cúng dường đức Phật ấy và chư Bồ Tát. Đại chúng[1] đều nhìn thấy như vậy.

Lúc ấy, Duy-ma-cật hỏi các vị Bồ Tát rằng: "Các nhân giả! Vị nào có thể đến chỗ đang dùng cơm của đức Phật ấy?"

Do sức oai thần của ngài Văn-thù Sư-lợi, ai nấy đều lặng thinh.

Duy-ma-cật nói: "Đại chúng các vị ở đây, không có chi phải thẹn."

Văn-thù Sư-lợi nói: "Như Phật có dạy: Đừng khinh người chưa học."

Lúc ấy, Duy-ma-cật chẳng rời khỏi chỗ ngồi, ngay ở trước đại chúng hóa hiện ra một vị Bồ Tát, có đủ tướng chánh và tướng phụ sáng chói, oai thần trổi thắng, che trùm chúng hội. Duy-ma-cật nói với vị hóa Bồ Tát rằng: "Ông hãy đến phía cõi trên kia, cách đây những cõi Phật liên tiếp nhau nhiều như số cát bốn mươi hai sông Hằng. Có một nước tên là Chúng Hương. Đức Phật hiệu là Hương Tích, với chư Bồ Tát, vừa ngồi lại với nhau sắp thọ thực. Khi ông đến đó rồi, nên nói theo như lời ta dặn đây: 'Duy-ma-cật đảnh lễ sát chân Thế Tôn, cung kính vô lượng, hỏi thăm việc ăn uống thức ngủ của ngài. Ngài ít bệnh ít não chăng? Khí lực được an ổn chăng? Duy-

---

[1] Đại chúng: Chỉ cho đại chúng đang ở tại nhà Duy-ma-cật, nơi thế giới Ta-bà của Phật Thích-ca.

ma-cật muốn được chút thức ăn thừa của Thế Tôn để làm Phật sự tại thế giới Ta-bà, khiến những kẻ ưa pháp nhỏ ở cõi ấy được đạo lớn rộng sâu. Người cũng làm cho danh tiếng của Như Lai được lan tràn khắp nơi."

Lúc ấy, ở trước đại chúng, vị hóa Bồ Tát liền vượt lên hướng trên. Ai nấy đều nhìn thấy vị ấy ra đi. Khi đến cõi Chúng Hương, vị ấy đảnh lễ sát chân Phật. Kế đó, nghe tiếng vị ấy thưa rằng: "Duy-ma-cật đảnh lễ sát chân Thế Tôn, cung kính vô lượng, hỏi thăm việc ăn uống thức ngủ của ngài. Ngài ít bệnh ít não chăng? Khí lực được an ổn chăng? Duy-ma-cật muốn được chút thức ăn thừa của Thế Tôn để làm Phật sự tại thế giới Ta-bà, khiến những kẻ ưa pháp nhỏ ở cõi ấy được đạo lớn rộng sâu. Người cũng làm cho danh tiếng của Như Lai được lan tràn khắp nơi."

Những vị Bồ Tát ở cõi Chúng Hương thấy vị hóa Bồ Tát ấy đều khen rằng là chưa từng có. Các vị ấy liền hỏi Phật Hương Tích rằng: "Vị thượng nhân này từ đâu đến đây? Thế giới Ta-bà ở nơi nào? Sao gọi là những kẻ ưa pháp nhỏ?"

Phật bảo các vị ấy rằng: "Về phía bên dưới, cách đây những cõi Phật liên tiếp nhau nhiều như số cát bốn mươi hai sông Hằng, có một thế giới tên là Ta-bà. Đức Phật ở đó hiệu là Thích-ca Mâu-ni. Hiện nay, ngài trụ tại cõi thế xấu xa có năm sự ô trược,[1]

---

[1] Năm sự ô trược (Ngũ trược), cũng đọc là Ngũ trọc (五濁, Sanskrit: pañcakaṣāya). Những thế giới có năm sự ô trược này thì gọi là uế độ, khác với các cõi tịnh độ trong sạch. Ngũ trược bao gồm:

diễn bày đạo giáo, độ những chúng sinh ưa pháp nhỏ. Ở thế giới ấy, có một vị Bồ Tát tên là Duy-ma-cật, trụ ở phép giải thoát Không thể nghĩ bàn, đang thuyết pháp với các vị Bồ Tát khác. Vậy nên người sai vị hóa Bồ Tát này đến đây, xưng dương danh hiệu ta, xưng tán cõi này, khiến cho chư Bồ Tát ở cõi kia được tăng thêm công đức."

Các vị Bồ Tát ở cõi Chúng Hương thưa hỏi Phật Hương Tích rằng: "Vị ấy như thế nào mà có thể tạo nên vị hóa Bồ Tát này, có đức lực chẳng sợ và thần túc như vậy?"

Phật đáp: "Rất lớn. Vị ấy sai những vị hóa Bồ Tát đi khắp cả mười phương, làm những Phật sự có lợi ích cho chúng sinh."

Liền đó, Đức Như Lai Hương Tích lấy cái bát ở cõi Chúng Hương, đơm đầy cơm thơm, trao cho vị hóa Bồ Tát. Lúc ấy, chín triệu vị Bồ Tát ở cõi kia đồng nói rằng: "Chúng con muốn đi đến thế giới Ta-bà, cúng dường đức Phật Thích-ca Mâu-ni. Chúng con cũng muốn viếng thăm Duy-ma-cật và đại chúng Bồ Tát."

---

1. Kiếp trược (劫濁; Sanskrit: kalpakaṣāya): nhiều căn bệnh dấy lên, nạn đói hoành hành, chiến tranh mọi nơi.
2. Kiến trược (見濁; Sanskrit: dṛṣṭikaṣāya): tà kiến thịnh hành.
3. Phiền não trược (煩惱濁; Sanskrit: kleśakaṣāya): chúng sinh có nhiều tham dục, tâm thần phiền loạn.
4. Chúng sinh trược (眾生濁; Sanskrit: sattvakaṣāya): chúng sinh không tuân theo luân lý, không sợ quả báo.
5. Mạng trược (命濁; Sanskrit: āyuskaṣāya): thọ mạng của con người ngắn dần.

Phật Hương Tích nói: "Có thể đi được, nhưng các ông nên kiềm giữ mùi thơm nơi thân, đừng để cho chúng sinh cõi kia khởi tâm lầm lạc tham trước. Lại nữa, các ông nên xả bỏ hình thể đang có của mình, đừng để những người cầu đạo Bồ Tát ở cõi Ta-bà kia sinh lòng xấu hổ. Lại nữa, đối với họ các ông đừng có lòng khinh chê mà tạo ra tư tưởng trở ngại. Tại sao vậy? Các cõi nước mười phương đều như hư không. Chư Phật vì muốn giáo hóa những kẻ ưa pháp nhỏ, cho nên chẳng hiện cõi tịnh độ của mình một cách trọn vẹn."

Lúc ấy, vị hóa Bồ Tát nhận lấy bát cơm, cùng với chín triệu vị Bồ Tát cùng nương oai thần của Phật và sức của Duy-ma-cật, bỗng nhiên biến mất khỏi thế giới kia. Trong phút chốc, các vị đến chỗ Duy-ma-cật.

Lúc ấy, Duy-ma-cật liền hóa ra chín triệu tòa sư tử, nghiêm trang đẹp đẽ như các tòa trước đó. Các vị Bồ Tát đều ngồi lên những tòa sư tử ấy.

Bấy giờ, vị hóa Bồ Tát trao cho Duy-ma-cật cái bát đựng đầy cơm thơm. Mùi thơm của cơm bay khắp thành Tỳ-da-ly và cõi thế giới tam thiên đại thiên.

Lúc ấy, những người trong hạng bà-la-môn cho tới những người trong hạng cư sĩ ở thành Tỳ-da-ly, nghe mùi thơm ấy, lấy làm khoái lạc thân thể và tâm ý, thảy đều khen là việc chưa từng có.

Lúc ấy, có vị trưởng giả chủ tên là Nguyệt Cái, dẫn theo tám mươi bốn ngàn người cùng đến, vào nhà Duy-ma-cật. Thấy trong thất có rất nhiều vị Bồ Tát với nhiều tòa sư tử cao, rộng nghiêm trang tốt đẹp, họ rất vui vẻ, lễ kính đại chúng Bồ Tát và các vị đại đệ tử, rồi lui lại đứng sang một bên.

Các vị thần đất đai, thần hư không cùng các vị thiên tiên cõi Dục giới và Sắc giới, nghe mùi thơm ấy cũng đều hiện đến, vào nhà Duy-ma-cật.

Lúc ấy, Duy-ma-cật nói với Xá-lợi-phất và các vị đại Thanh văn: "Các nhân giả hãy dùng món cơm cam-lộ của Như Lai, do lòng đại bi hun đúc mà thành. Đừng đem tâm ý hạn hẹp mà ăn cơm này, e chẳng tiêu được."

Có vị Thanh văn lấy làm lạ, nghĩ rằng cơm ấy ít thế, làm sao đủ cho đại chúng mỗi người đều có ăn.

Vị hóa Bồ Tát nói: "Đừng lấy cái đức nhỏ, trí nhỏ của hàng Thanh văn mà cân lường phước tuệ vô lượng của Như Lai. Bốn biển còn có thể cạn, nhưng cơm này không thể hết. Giả như tất cả người ta đều ăn cơm này, vò thành từng viên lớn như núi Tu-di, mãi đến trọn một kiếp, còn chẳng hết cơm thay! Tại sao vậy? Là vì thức ăn thừa của bậc có đầy đủ công đức, vô tận giới, định, trí tuệ, giải thoát, giải thoát tri kiến[1] chẳng bao giờ có thể hết được."

Lúc ấy, cơm từ trong bát lấy ra làm no bụng tất cả đại chúng mà vẫn không hết. Những vị Bồ Tát,

---

[1] Giới (戒), Định (定), Tuệ (慧), Giải thoát (解脫), Giải thoát tri kiến (解脫知見), gọi chung là Ngũ phần pháp thân (五分法身), là năm phần vô tận vô biên hợp thành pháp thân, thân Như Lai vô cùng vô tận như hư không.

Thanh văn, trời, người đã ăn món cơm ấy, thân thể đều trở nên an ổn, khoái lạc, cũng như tất cả các vị Bồ Tát hết thảy các cõi nước Lạc Trang Nghiêm vậy. Lại nữa, từ những lỗ chân lông của các vị đều phát ra mùi thơm vi diệu, cũng như mùi thơm cây cối ở cõi nước Chúng Hương.

Lúc ấy, Duy-ma-cật hỏi chư Bồ Tát nước Chúng Hương rằng: "Đức Như Lai Hương Tích thuyết pháp bằng cách nào?"

Chư Bồ Tát ấy đáp: "Đức Như Lai ở cõi chúng tôi chẳng thuyết pháp bằng văn tự. Ngài chỉ dùng các mùi thơm, làm cho chư thiên và người ta đắc nhập luật hạnh. Bồ Tát mỗi vị đều ngồi nơi cội cây thơm, nghe mùi thơm vi diệu kia, liền thành tựu hết thảy các phép Tam-muội Đức tạng. Được các phép Tam-muội ấy rồi thì hết thảy những công đức của hàng Bồ Tát đều tự nhiên đầy đủ."

Chư Bồ Tát lại hỏi Duy-ma-cật: "Hiện nay, đức Thế Tôn Thích-ca Mâu-ni thuyết pháp bằng cách nào?"

Duy-ma-cật đáp: "Ở cõi này, chúng sinh cang cường khó dạy. Cho nên Phật nói với họ những lời cang cường đặng điều phục họ. Như nói: Như thế này là địa ngục, như thế này là súc sinh, như thế này là ngạ quỷ. Như thế này là chỗ khó tu,[1] như

---

[1] Nguyên văn dùng nan xứ (難處), chỉ 8 nan xứ, tức là những trường hợp khó khăn, rất khó tu tập chánh pháp. Tám nan xứ bao gồm: 1. Sinh vào địa ngục, 2. Sinh vào loài ngạ quỷ, 3. Sinh vào loài súc sinh, 4. Sinh vào cõi Bắc Uất-đan-việt, cuộc sống

thế này là chỗ mà kẻ ngu sinh ra. Như thế này là hạnh tà ác của thân, như thế này là quả báo hạnh tà ác của thân. Như thế này là hạnh tà ác của miệng, như thế này là quả báo hạnh tà ác của miệng. Như thế này là hạnh tà ác của ý, như thế này là quả báo hạnh tà ác của ý. Như thế này là sát sinh, như thế này là quả báo của sát sinh. Như thế này là chẳng cho mà lấy, như thế này là quả báo của việc chẳng cho mà lấy. Như thế này là tà dâm, như thế này là quả báo của việc tà dâm. Như thế này là nói dối, như thế này là quả báo của việc nói dối. Như thế này là nói hai lưỡi, như thế này là quả báo của việc nói hai lưỡi. Như thế này là nói lời độc ác, như thế này là quả báo của việc nói lời độc ác. Như thế này là nói lời vô nghĩa, như thế này là quả báo của việc nói lời vô nghĩa. Như thế này là tham lam, như thế này là quả báo của sự tham lam. Như thế này là sân hận, như thế này là quả báo của sự sân hận. Như thế này là tà kiến, như thế này là quả báo của tà kiến. Như thế này là keo lận, như thế này là quả báo của keo lận. Như thế này là phá giới, như thế này là quả báo của việc phá giới. Như thế này là sân nhuế, như thế này là quả báo của sân nhuế. Như thế này là giải đãi,

---

sung sướng nên không nghĩ đến việc tu tập, 5. Sinh vào cõi trời Trường thọ, đời sống kéo dài, không có tâm tưởng nên không tu tập được, 6. Không đủ các giác quan, chẳng hạn như mù, câm, điếc, ngọng... 7. Thế trí biện thông: thông đạt các học thuyết, lý lẽ của thế gian, tâm sinh ra kiêu mạn, chạy theo thế tục mà không ham thích việc tu tập, 8. Sinh ra không gặp Phật, không gặp Chánh pháp, không biết đến giáo pháp để tu tập. So sánh thêm với Tám nạn trong Ba ác, Tám nạn.

như thế này là quả báo của giải đãi. Như thế này là loạn ý, như thế này là quả báo của loạn ý. Như thế này là ngu si, như thế này là quả báo ngu si. Như thế này là kết giới, như thế này là giữ giới, như thế này là phạm giới. Như thế này là nên làm, như thế này là không nên làm. Như thế này là chướng ngại, như thế này là không chướng ngại. Như thế này là phạm tội, như thế này là lìa tội. Như thế này là trong sạch, như thế này là dơ nhớp. Như thế này là phiền não, như thế này là không có phiền não. Như thế này là tà đạo, như thế này là chánh đạo. Như thế này là hữu vi, như thế này là vô vi. Như thế này là thế gian, như thế này là Niết-bàn.

"Bởi họ là những kẻ khó dạy, tâm họ như loài khỉ vượn, cho nên Phật phải dùng biết bao phương cách mà chế ngự tâm họ, rồi mới điều phục được họ! Tỷ như con voi, con ngựa ác nghịch chẳng chịu điều phục, người ta phải gia tăng những sự trừng trị đau đớn độc hại, cho đến buốt thấu tận xương, sau đó chúng nó mới chịu điều phục. Những chúng sinh cang cường khó dạy lại cũng như vậy. Cho nên Phật phải dùng tất cả những lời khổ thiết mới có thể khiến họ vào luật."

Chư Bồ Tát ấy nghe như vậy rồi đều khen rằng: "Chưa từng có vậy! Như đức Thế Tôn Thích-ca Mâu-ni Phật, ngài che khuất sức tự tại vô lượng của mình, cho đến chỉ dùng pháp nhỏ đối với kẻ thích nghe, mà độ thoát chúng sinh. Còn chư Bồ Tát đây cũng lao nhọc khiêm nhường lắm, các ngài đem lòng đại bi vô lượng mà sinh nơi cõi Phật này."

Duy-ma-cật nói: "Chư Bồ Tát ở cõi này có lòng đại bi bền vững đối với các chúng sinh, đúng như lời quý vị vừa nói. Tuy nhiên, những ai ở cõi này một đời mà làm việc nhiêu ích cho chúng sinh, còn hơn ở cõi khác trong trăm ngàn kiếp mà làm điều thiện. Tại sao vậy? Ở thế giới Ta-bà này có mười việc thiện mà ở những cõi tịnh độ không có.

"Những gì là mười? Dùng bố thí mà nhiếp phục kẻ bần cùng. Dùng tịnh giới mà nhiếp phục kẻ hủy cấm. Dùng nhẫn nhục mà nhiếp phục kẻ giận hờn. Dùng tinh tấn mà nhiếp phục kẻ biếng nhác. Dùng thiền định mà nhiếp phục kẻ loạn ý. Dùng trí tuệ mà nhiếp phục kẻ ngu si. Nói lẽ trừ nạn mà độ khỏi tám nạn. Dùng pháp Đại thừa mà độ kẻ ưa thích Tiểu thừa. Dùng các thiện căn cứu tế những kẻ không có đức. Thường dùng bốn pháp thâu nhiếp mà giúp cho chúng sinh được thành tựu. Đó là mười việc."

Chư Bồ Tát ấy hỏi: "Ở thế giới này, Bồ Tát thành tựu bao nhiêu pháp, đức hạnh mới được không tỳ vết, sinh về tịnh độ?"

Duy-ma-cật nói: "Ở thế giới này, Bồ Tát thành tựu tám pháp, đức hạnh mới được không tỳ vết, sinh về tịnh độ.

"Những gì là tám? (1) Làm lợi ích cho chúng sinh mà chẳng mong báo đáp. (2) Chịu các khổ não thay cho tất cả chúng sinh, đem những công đức do mình tạo ra mà thí hết cho chúng sinh. (3) Đem lòng bình đẳng mà thương yêu các chúng sinh, khiêm cung hạ mình một cách vô ngại, xem các vị Bồ Tát cũng như Phật, những kinh mà mình chưa nghe thì muốn nghe mà chẳng sinh nghi. (4) Chẳng chung cùng với hàng Thanh văn mà làm việc trái ngược. (5) Chẳng ganh ghét những kẻ khác khi họ được cúng dường. (6) Không lấy phần lợi nhiều về mình, trong việc ấy nên điều phục tâm. (7) Thường xét lỗi mình, chẳng nói lỗi người. (8) Thường quyết một lòng cầu các công đức. Đó là tám pháp.

Ở trong đại chúng, khi Duy-ma-cật và Bồ Tát Văn-thù Sư-lợi thuyết xong các pháp ấy, trăm ngàn chư thiên và người ta đều phát tâm A-nậu-đa-la Tam-miệu Tam-bồ-đề, mười ngàn vị Bồ Tát đắc Vô sinh pháp nhẫn.

PHẨM THỨ MƯỜI MỘT
HẠNH BỒ TÁT

Lúc ấy, đức Phật đang thuyết pháp trong vườn cây Am-la.[1] Cảnh đất ấy bỗng nhiên trở nên rộng lớn, trang nghiêm đẹp đẽ. Tất cả chúng hội đều ánh lên màu vàng ròng.

Ngài A-nan bạch Phật: "Thế Tôn! Do nhân duyên gì mà có điềm lành ứng hiện: Cảnh này bỗng trở nên rộng lớn, trang nghiêm đẹp đẽ, tất cả chúng hội đều ánh lên màu vàng ròng?"

Phật bảo A-nan: "Đó là Duy-ma-cật và Văn-thù Sư-lợi với đại chúng cung kính vây quanh, phát ý muốn đến đây, cho nên trước tiên ứng hiện ra điềm lành ấy."

Bấy giờ, Duy-ma-cật nói với Bồ Tát Văn-thù Sư-lợi: "Chúng ta nên cùng đến viếng Phật, cùng chư Bồ Tát lễ kính và cúng dường Phật."

Văn-thù Sư-lợi nói: "Lành thay! Nên đi lắm, nay đã phải lúc lắm vậy."

---

[1] Vườn cây Am-la (Am-la thọ viên, **Sanskrit**: Āmravaṇa): Cảnh vườn này ở tại thành Tỳ-da-ly (**Vaiśālī**), có nói ở đoạn đầu (Phẩm thứ nhất: Cõi Phật). Cây am-la (**āmra**), cũng đọc là yêm-la, yêm-ma-la, một loại cây ở Ấn Độ, trái ăn ngon ngọt nhưng hạt đắng không ăn được. Am-la dịch nghĩa là khó phân biệt. Gọi như vậy, là vì trái am-la từ lúc sống đến lúc chín, vỏ nó vẫn một màu, khó phân biệt trái sống với trái chín. Trong thành Tỳ-da-ly có người kỹ nữ mang tên này, có khu vườn rất đẹp đem cúng dường cho Phật, chính là khu vườn này, nên gọi tên như vậy. Mỗi khi thuyết pháp ở thành Tỳ-da-ly, Phật và chúng tăng thường ngụ tại đây.

Duy-ma-cật liền dùng sức thần nâng hết cả đại chúng với tòa sư tử của mỗi vị, đặt lên lòng bàn tay phải của mình, rồi đi đến chỗ Phật ngự. Tới nơi, người để đại chúng với tòa sư tử trên mặt đất, đỉnh lễ sát chân Phật, đi quanh Phật bảy vòng theo tay mặt, một lòng chắp tay cung kính, rồi đứng sang một bên. Chư Bồ Tát được ngài đưa đến rồi, thảy đều rời khỏi chỗ ngồi, đến đảnh lễ sát chân Phật, cũng đi quanh Phật bảy vòng theo tay mặt, rồi đứng sang một bên. Các vị đại đệ tử, Đế-thích, Phạm vương, Bốn thiên vương... cũng đều rời khỏi chỗ ngồi, đảnh lễ sát chân Phật, rồi đứng sang một bên.

Lúc ấy, Đức Thế Tôn y theo pháp mà hỏi han chư Bồ Tát, rồi bảo mọi người trở lại chỗ ngồi. Vâng lời Phật dạy, ai nấy đều ngồi lại chỗ sẵn định của mình.

Phật bảo Xá-lợi-phất: "Ông có thấy Bồ Tát Đại sĩ[1] hiện sức thần tự tại chăng?"

"Dạ, con đã thấy."

"Ý ông thế nào?"

"Bạch Thế Tôn! Con thấy đúng là không thể nghĩ bàn, vượt quá sức tưởng tượng, vượt ngoài sự đo lường."

Lúc ấy, A-nan bạch Phật rằng: "Thế Tôn! Nay có một hương thơm chưa từng có. Đó là hương thơm gì vậy?"

Phật bảo A-nan: "Ấy là hương thơm nơi lỗ chân lông của các vị Bồ Tát kia[2] tỏa ra."

---

[1] Bồ Tát Đại sĩ: chỉ ngài Duy-ma-cật.

[2] Đây chỉ các vị Bồ Tát từ cõi nước Chúng Hương đi theo vị Hóa Bồ Tát mà đến cõi Ta-bà, trước vào nhà Duy-ma-cật, kế vào vườn Am-la mà cúng dường Phật Thích-ca.

Bấy giờ, Xá-lợi-phất bảo A-nan rằng: "Từ nơi các lỗ chân lông của chúng tôi, giờ cũng phát ra mùi thơm ấy."

A-nan hỏi: "Mùi thơm ấy từ đâu đến?"

Xá-lợi-phất đáp: "Trưởng giả Duy-ma-cật đây đã xin món cơm thừa của Phật từ nước Chúng Hương mà đem về. Những ai đã ăn cơm ấy tại nhà ông thì từ nơi tất cả các lỗ chân lông đều có mùi thơm như vậy."

A-nan liền hỏi Duy-ma-cật: "Mùi thơm ấy sẽ còn được bao lâu?"

Duy-ma-cật đáp: "Cho đến khi cơm ấy tiêu hết."

Lại hỏi: "Bao lâu cơm ấy sẽ tiêu hết?"

Đáp: "Hiệu lực của cơm ấy duy trì tới bảy ngày, sau đó mới tiêu hết.

"Lại nữa, A-nan! Vị Thanh văn nào chưa vào chánh vị, chưa đắc quả A-la-hán, nếu ăn cơm ấy thì sau khi đắc nhập chánh vị cơm mới tiêu hết. Người đã vào chánh vị, nếu ăn cơm ấy thì sau khi được tâm giải thoát, cơm mới tiêu hết. Người chưa phát ý Đại thừa, nếu ăn cơm ấy, cho tới khi phát ý rồi cơm mới tiêu hết. Người đã phát ý, nếu ăn cơm ấy, cho tới khi đắc Vô sinh nhẫn rồi cơm mới tiêu hết. Người đã đắc Vô sinh nhẫn, nếu ăn cơm ấy, đến khi được địa vị Nhất sinh bổ xứ[1] rồi cơm mới tiêu hết. Tỷ như có một chất thuốc tên là Thượng vị, những ai uống thuốc ấy, chỉ khi các thứ độc trừ dứt thuốc mới tiêu hết. Cơm

---

[1] Nhất sinh bổ xứ: Bậc Đại Bồ Tát đủ công hạnh và phước đức, chỉ còn thị hiện sinh ra ở thế gian một lần nữa là thành Phật Thế Tôn.

ấy cũng vậy, trừ dứt tất cả các độc phiền não xong, sau đó mới tiêu hết."

A-nan bạch Phật rằng: "Chưa từng có vậy! Thế Tôn, như thứ cơm ấy ắt có thể làm Phật sự?"

Phật dạy: "Đúng vậy, đúng vậy! A-nan, hoặc có cõi Phật dùng ánh sáng quang minh của Phật mà làm Phật sự. Có cõi dùng chư Bồ Tát mà làm Phật sự. Có cõi dùng người biến hóa của Phật mà làm Phật sự. Có cõi dùng cây Bồ-đề mà làm Phật sự. Có cõi dùng y phục của Phật mà làm Phật sự. Có cõi dùng cơm và đồ ăn của Phật mà làm Phật sự. Có cõi dùng vườn hoa, rừng cây, đền đài mà làm Phật sự. Có cõi dùng ba mươi hai tướng tốt,[1] tám mươi vẻ đẹp

---

[1] Ba mươi hai tướng tốt: (Sanskrit: dvātriṃśan mahā-puruṣa-lakṣaṇāni). Mỗi vị Phật đều có đủ ba mươi hai tướng tốt này. Đó là:

1. Lòng bàn chân phẳng (Túc hạ an bình lập tướng 足下安平立相, Sanskrit: supratiṣṭhita-pāda).
2. Bánh xe pháp dưới lòng bàn chân (Túc hạ nhị luân tướng 足下二輪相, Sanskrit: cakrāṅkita-hasta-pāda-tala).
3. Ngón tay thon dài (Trường chỉ tướng 長指相, Sanskrit: dīrghāṅguli).
4. Bàn chân thon (Túc cân phu trường tướng 足跟趺長相, Sanskrit: āyata-pāda-pārṣṇi).
5. Ngón tay ngón chân cong lại (Thủ túc chỉ man võng tướng 手足指縵網相, Sanskrit: jālāvanaddha-hasta-pāda).
6. Tay chân mềm mại (Thủ túc nhu nhuyễn tướng 手足柔軟相, Sanskrit: mṛdu-taruṇa-hasta-pāda-tala).
7. Sống (mu) bàn chân cong lên (Túc phu cao mãn tướng 足趺高滿相, Sanskrit: ucchaṅkha-pāda).
8. Cặp chân dài thon như chân sơn dương (Y-ni-diên-đoán tướng 伊泥延踹相, Sanskrit: aiṇeya-jaṅgha).
9. Đứng thẳng tay dài quá đầu gối (Chánh lập thủ ma tất tướng 正

立手摩膝相, Sanskrit: sthitānavanata-pralamba-bāhutā).

10. Nam căn ẩn kín (Âm tàng tướng 陰藏相, Sanskrit: kośopagata-vasti-guhya).
11. Giang tay ra rộng dài bằng thân mình (Thân quảng trường đẳng tướng 身廣長等相, Sanskrit: nyagrodha-parimaṇḍala).
12. Lông đứng thẳng (Mao thượng hướng tướng, 毛上向相, Sanskrit: ūrdhvaṃga-roma)
13. Mỗi lỗ chân lông có một cọng lông (Nhất nhất khổng nhất mao sinh tướng, 一一孔一毛生相, Sanskrit: ekaika-roma-pradakṣiṇāvarta).
14. Thân vàng rực (Kim sắc tướng 金色相, Sanskrit: suvarṇa-varṇa).
15. Thân phát sáng (Đại quang tướng 大光相, cũng gọi là Thường quang nhất tầm tướng 常光一尋相, Viên quang nhất tầm tướng 圓光一尋相).
16. Da mềm mại (Tế bạc bì tướng 細薄皮相, Sanskrit: sūkṣma-suvarṇa-cchavi).
17. Tay, vai và đầu tròn tương xứng (Thất xứ long mãn tướng 七處隆滿相, Sanskrit: sapta-utsada).
18. Hai nách đầy đặn (Lưỡng dịch hạ long mãn tướng 兩腋下隆滿相, Sanskrit: citāntarāṃsa).
19. Thân hình như sư tử (Thượng thân như sư tử tướng 上身如獅子相, Sanskrit: siṃha-pūrvārdha-kāya).
20. Thân hình thẳng đứng (Đại trực thân tướng 大直身相, Sanskrit: rjugātratā).
21. Hai vai đầy đặn mạnh mẽ (Kiên viên hảo tướng 肩圓好相, susaṃvṛta-skandha).
22. Bốn mươi cái răng (Tứ thập xỉ tướng 四十齒相, Sanskrit: catvā-riṃśad-danta).
23. Răng đều (Xỉ tề tướng 齒齊相, Sanskrit: sama-danta).
24. Răng trắng (Nha bạch tướng 牙白相, Sanskrit: suśukla-danta).
25. Hàm sư tử (Sư tử giáp tướng 獅子頰相, Sanskrit: siṃha-hanu).
26. Nước miếng có chất thơm (Vị trung đắc thượng vị tướng 味中得上味相, Sanskrit: rasa-rasāgratā).
27. Lưỡi rộng dài (Đại thiệt tướng 大舌相, Sanskrit: prabhūta-tanu-jihva).

mà làm Phật sự. Có cõi dùng thân Phật mà làm Phật sự. Có cõi dùng hư không mà làm Phật sự, chúng sinh muốn nương theo duyên ấy mà vào luật hạnh. Có cõi dùng những ví dụ, như: chiêm bao, ảo hóa, bóng dáng, tiếng dội, hình trong gương, mặt trăng dưới nước, dợn sóng khi trời nắng... mà làm Phật sự. Có cõi dùng âm thanh, lời nói, văn tự mà làm Phật sự. Hoặc có cõi Phật thanh tịnh dùng những việc: tịch mịch, không lời, không thuyết, không chỉ, không ghi, không làm, vô vi mà làm Phật sự.

"A-nan! Như vậy đó, mọi cách đi đứng, nằm ngồi, tới lui của Phật, thảy thảy hành vi, không chi chẳng là Phật sự.

"A-nan! Có bốn thứ ma, tám muôn bốn ngàn thứ phiền não, làm cho chúng sinh phải nhọc nhằn mệt mỏi. Chư Phật liền dùng những pháp ấy mà làm Phật sự. Đó gọi là vào pháp môn của tất cả chư Phật.

"Bồ Tát đã vào pháp môn ấy, nếu thấy tất cả các Phật độ sạch đẹp thì chẳng vui, chẳng ham, chẳng kiêu. Nếu thấy tất cả Phật độ chẳng sạch thì chẳng buồn, chẳng ngại, chẳng lui. Chỉ đối với chư Phật

---

28. Tiếng nói tao nhã (Phạm thanh tướng 梵聲相, Sanskrit: brahma-svara).
29. Mắt xanh trong (Chân thanh nhãn tướng 眞青眼相, Sanskrit: abhinīla-netra).
30. Mắt giống mắt bò (Ngưu nhãn tiệp tướng, 牛眼睫相, Sanskrit: go-pakṣmā).
31. Lông trắng giữa cặp chân mày (Bạch mao tướng, 白毛相, Sanskrit: ūrṇā-keśa).
32. Một khối thịt trên đỉnh đầu (Đảnh kế tướng 頂髻相, Sanskrit: uṣṇīṣa-śiraskatā).

sinh lòng thanh tịnh, hoan hỷ cung kính, cho là chưa từng có vậy. Công đức của chư Phật Như Lai vẫn là bình đẳng, nhưng vì giáo hóa chúng sinh nên các ngài hiện ra những cõi Phật khác nhau.

"A-nan! Ông thấy các nước Phật, đất đai nhiều thứ khác nhau, nhưng hư không chẳng có nhiều thứ. Cũng như vậy, ông thấy chư Phật, sắc thân nhiều dạng khác nhau, nhưng trí tuệ vô ngại của các ngài thì chẳng khác nhau.

"A-nan! Về sắc thân của chư Phật, với oai tướng, chủng tánh, giới, định, trí tuệ, giải thoát, giải thoát tri kiến, lực vô sở úy, pháp bất cộng, đại từ, đại bi, các sở hành oai nghi như đi, đứng, nằm, ngồi, cùng là thọ mạng của chư Phật, thuyết pháp giáo hóa, thành tựu chúng sinh, làm cho trong sạch cõi Phật, đầy đủ các Phật pháp, thời các ngài đều bình đẳng như nhau. Cho nên gọi các ngài là Tam-miệu Tam-phật-đà,[1] cũng gọi là Đa-đà-a-già-độ,[2] cũng gọi là Phật-đà.[3]

---

[1] Tam-miệu Tam-phật-đà (Sanskrit: **samyak-saṃbuddha**, Pāli: **sammā-saṃbuddha**). Một hiệu trong Mười hiệu của Phật, dịch nghĩa là: Bậc giác ngộ hoàn toàn, hiểu biết tất cả.

[2] Đa-đà-a-già-độ (Sanskrit: **Tathāgata**): Một hiệu trong Mười hiệu của Phật, dịch nghĩa là Như Lai, bậc chứng ngộ chân lý: Không từ đâu đến, cũng không đi về đâu (如來者，無所從來，亦無所去，故名如來. - Như Lai giả, vô sở tùng lai diệc vô sở khứ, cố danh Như Lai. - Kinh Kim Cang).

[3] Phật-đà (Sanskrit: Buddha), đọc tắt là Phật, dịch nghĩa là Giác giả, Bậc giác ngộ, sáng suốt. Chữ Giác ở đây gồm ba nghĩa: 1. Tự giác, 2. Giác tha, 3. Giác hạnh viên mãn.

"A-nan! Nếu ta nói rộng nghĩa ba danh xưng ấy, dầu cho ông sống đến trọn kiếp cũng không thể nhận lãnh hết. Tỷ như trong cõi tam thiên đại thiên thế giới này, dẫy đầy các chúng sinh cũng đều đa văn bậc nhất[1] như A-nan và được Niệm tổng trì,[2] lại sống đến trọn kiếp, cũng không thể thọ nhận cho hết nghĩa lý trên!

"A-nan! Như vậy, A-nậu-đa-la Tam-miệu Tam-bồ-đề của chư Phật là không có hạn lượng, trí tuệ biện tài của các ngài là không thể nghĩ bàn."

A-nan bạch Phật rằng: "Từ nay con chẳng dám nhận mình là đa văn nữa."

Phật dạy A-nan: "Đừng có ý nghĩ thối lui như vậy. Tại sao vậy? Ta nói ông đa văn bậc nhất là đối với hàng Thanh văn, chẳng phải với hàng Bồ Tát.

"Thôi đi, A-nan! Những người có trí chẳng nên hạn độ chư Bồ Tát. Tất cả biển rộng vực sâu còn có thể đo lường, nhưng thiền định, trí tuệ, tổng trì, biện tài, tất cả công đức của Bồ Tát đều chẳng thể đo lường cho xiết.

"A-nan! Các ông hãy bỏ đi việc lượng định sở hành của hàng Bồ Tát. Duy-ma-cật đây, một khi

---

[1] Đa văn đệ nhất (多聞第一): được nghe nhiều nhất. A-nan được Phật nhận là bậc Đa văn đệ nhất trong số các đệ tử của ngài.

[2] Niệm Tổng trì: Tổng trì (總持, Sanskrit: Dhāraṇī) dịch âm là Đà-la-ni, nghĩa là giữ lấy, thâu lấy tất cả. Có bốn loại Tổng trì: 1. Pháp Tổng trì hay Văn Tổng trì, 2. Nghĩa Tổng trì, 3. Chú Tổng trì hay Thần chú Đà-la-ni, 4. Nhẫn Tổng trì. Niệm Tổng trì cũng tức là Văn Tổng trì: Được nghe rồi nhớ đủ chẳng quên.

hiện sức thần thông, dầu tất cả Thanh văn và Bích-chi Phật dùng hết sức biến hóa trong trăm ngàn kiếp cũng chẳng làm được như người."

Lúc ấy, các vị Bồ Tát từ thế giới Chúng Hương đến đồng chắp tay bạch Phật rằng: "Thế Tôn! Khi mới thấy cõi này, chúng con có ý cho là thấp kém. Bây giờ chúng con tự hối trách, lìa bỏ ý nghĩ ấy. Tại sao vậy? Pháp môn phương tiện của chư Phật là không thể nghĩ bàn. Vì độ chúng sinh, cho nên các ngài tùy theo chỗ thích hợp của họ mà hiện ra các nước Phật khác nhau.

"Dạ, kính bạch Thế Tôn! Xin ngài ban cho chút ít Phật pháp. Khi trở về, chúng con sẽ nhớ tưởng Như Lai."

Phật dạy các vị Bồ Tát: "Có pháp môn giải thoát gọi là Dứt và Không dứt, các ông nên tu học. Sao gọi là dứt? Đó là pháp hữu vi. Sao gọi là không dứt? Đó là pháp vô vi. Như Bồ Tát là chẳng dứt hữu vi, chẳng trụ vô vi.

"Sao gọi là Bồ Tát chẳng dứt hữu vi? Đó là: chẳng lìa đức đại từ, chẳng bỏ đức đại bi. Phát khởi sâu vững tâm Nhất thiết trí, không hề xao lãng đối với chí quyết thành Phật. Giáo hóa chúng sinh chẳng hề chán mệt. Thường xét nghĩ việc tùy thuận thi hành bốn pháp thâu nhiếp. Hộ trì chánh pháp chẳng tiếc thân mạng. Gieo trồng các căn lành chẳng hề mệt chán. Tâm trí thường được an ổn, vững chãi, đem phương tiện hướng về Phật quả. Cầu pháp chẳng biếng nhác. Thuyết pháp chẳng hiểm tiếc. Siêng năng cúng dường chư Phật. Vào chốn sinh tử nhưng không sợ sệt. Đối với sự vinh nhục lòng không lo buồn, không mừng vui. Chẳng khinh kẻ chưa tu học. Kính trọng người tu học như Phật. Đối với kẻ chìm đắm trong phiền não, khiến họ phát sinh chánh niệm. Lánh xa những cuộc vui chơi, chẳng cho đó là quý. Không tham trước việc sung sướng cho riêng mình, mừng cho kẻ khác được sung sướng.

"Tại các cảnh thiền định, tưởng đó như các tầng địa ngục. Đối với cuộc sinh tử luân hồi, tưởng đó như vườn cảnh điện đài. Thấy kẻ đến thỉnh cầu, tưởng họ như bậc thầy hiền. Thí xả những vật sở hữu của mình, đủ đầy cái tâm tưởng cầu quả vị của đấng có trí hiểu biết tất cả. Thấy kẻ phá hủy giới cấm, khởi lên tư tưởng cứu hộ. Đối với các ba-la-mật,[1] tưởng như cha mẹ. Đối với các pháp đạo phẩm, tưởng như quyến thuộc. Nảy nở các căn lành, không hề có giới hạn. Lấy những việc nghiêm sức cõi nước trong sạch để thành tựu cõi Phật của mình. Làm việc bố thí không có kỳ hạn, đủ đầy những tướng chánh và tướng phụ trang nghiêm thân mình. Trừ bỏ mọi việc xấu ác, giữ sạch thân, miệng, ý. Trải vô số lần sinh tử tâm ý vẫn dũng mãnh.

"Nghe vô lượng công đức của Phật, chí quyết như vậy mà chẳng mệt mỏi. Dùng gươm trí tuệ chém phá giặc phiền não. Đem ấm, nhập, giới ra gánh vác

---

[1] Các ba-la-mật, tức là 6 pháp ba-la-mật: bố thí, trì giới, nhẫn nhục, tinh tấn, thiền định, trí tuệ.

chúng sinh, khiến họ được giải thoát mãi mãi. Đem đức tinh tấn lớn đánh dẹp binh ma. Thường cầu đức tánh vô niệm, trí tuệ thật tướng. Thi hành lẽ biết đủ, ít tham cầu, nhưng chẳng bỏ pháp thế gian. Chẳng chê bỏ oai nghi cốt cách, nhưng có thể tùy tục mà khởi ra trí tuệ thần thông, dìu dắt chúng sinh. Được Niệm tổng trì, nghe rồi chẳng quên. Khéo phân biệt các căn lanh lợi hoặc chậm lụt, dứt tuyệt chỗ nghi hoặc của chúng sinh. Đem lòng vui vẻ mà biện thuyết, diễn giảng pháp giáo một cách không ngăn ngại. Mười điều lành được thanh tịnh, thọ hưởng phước lạc ở cõi trời và cõi người. Tu bốn tâm vô lượng,[1] mở đường lên cảnh Phạm thiên. Khuyên thỉnh thuyết pháp, tùy hỷ xưng tán việc lành, được âm thanh của Phật. Thân, miệng, ý trở nên hiền lành, được oai nghi của Phật. Tu các pháp lành một cách sâu vững, sở hành ngày càng tốt đẹp. Nương giáo pháp Đại thừa thành Bồ Tát Tăng. Tâm ý không phóng dật, chẳng bỏ mất các việc lành.

"Thi hành những pháp như vậy, gọi là Bồ Tát chẳng dứt hữu vi.

---

[1] Bốn tâm vô lượng (Tứ vô lượng tâm 四無量心, Sanskrit, Pāli: catur-brahmavihāra): là bốn tâm nguyện rộng lớn không có giới hạn của Phật và các vị Bồ Tát. Bốn tâm này đối trị bốn phiền não là sân hận, ganh tị, buồn bực và tham muốn, lại làm lợi ích cho vô lượng vô số chúng sinh, nên gọi là bốn tâm vô lượng, đó là:
1. Từ vô lượng (Sanskrit: **maitrī**).
2. Bi vô lượng (Sanskrit, **Pāli: karuṇā**)
3. Hỉ vô lượng (**Sanskrit, Pāli: muditā**)
4. Xả vô lượng (**Sanskrit: upekṣā**)

"Sao gọi là Bồ Tát chẳng trụ vô vi? Đó là, tu học lẽ không, nhưng chẳng lấy lẽ không làm chứng đắc. Tu học vô tướng, vô tác, nhưng chẳng lấy vô tướng, vô tác làm chứng đắc. Tu học vô khởi, nhưng chẳng lấy vô khởi làm chứng đắc. Quán lẽ vô thường, nhưng chẳng chán cội lành. Quán những nỗi khổ thế gian, nhưng chẳng ghét việc sinh tử. Quán lẽ vô ngã, nhưng dạy người chẳng chán. Quán lẽ tịch diệt, nhưng chẳng tịch diệt mãi mãi. Quán lẽ xa lìa, nhưng thân tâm tu thiện. Quán lẽ không có chỗ về, nhưng quay về các pháp lành. Quán lẽ không sinh, nhưng đem việc sinh sống mà gánh vác tất cả chúng sinh. Quán lẽ không có phiền não, nhưng chẳng đoạn tuyệt các phiền não. Quán lẽ không có sở hành, nhưng đem việc hành pháp mà giáo hóa chúng sinh. Quán lẽ không không, nhưng chẳng bỏ đức đại bi. Quán chánh pháp vị, nhưng chẳng theo Tiểu thừa. Quán các pháp là hư vọng, không có bền chắc, không có ta và người, không có chủ tể, không có tướng trạng. Bổn nguyện chưa tròn, nhưng phước đức, thiền định, trí tuệ chẳng phải là hư luống.

"Tu các pháp như vậy, gọi là Bồ Tát chẳng trụ vô vi.

"Lại nữa, nhờ đầy đủ phước đức nên Bồ Tát chẳng trụ vô vi. Nhờ đầy đủ trí tuệ nên chẳng dứt hữu vi. Nhờ đại từ bi nên chẳng trụ vô vi. Nhờ tròn bổn nguyện nên chẳng dứt hữu vi. Nhờ tụ hội các phương thuốc pháp nên chẳng trụ vô vi. Nhờ khéo tùy bệnh mà cho thuốc nên chẳng dứt hữu vi. Nhờ biết bệnh của chúng sinh nên chẳng trụ vô vi. Nhờ trị dứt bệnh chúng sinh nên chẳng dứt hữu vi.

"Các vị chánh sĩ Bồ Tát, khi đã tu xong các pháp ấy thì chẳng dứt hữu vi, chẳng trụ vô vi. Đó là pháp môn giải thoát Dứt và Không dứt. Các ông nên tu học pháp môn ấy."

Lúc ấy, các vị Bồ Tát kia nghe Phật thuyết thời pháp ấy rồi, đều rất hoan hỷ. Liền dùng các hoa mầu nhiệm với nhiều thứ màu sắc, nhiều thứ mùi thơm, rảy khắp cõi thế giới tam thiên đại thiên, cúng dường Phật với kinh pháp này, cũng cúng dường chư Bồ Tát cõi này. Sau đó, các ngài đỉnh lễ nơi chân Phật, khen là chưa từng có và nói rằng: "Đức Phật Thích-ca Mâu-ni đã có thể ở cõi này mà thực hành phương tiện một cách khéo léo."

Nói xong, bỗng nhiên các ngài mất dạng, trở về nước kia.[1]

---

[1] Tức là về cõi Phật Hương Tích.

PHẨM THỨ MƯỜI HAI
THẤY PHẬT A-SÚC[1]

Lúc ấy, đức Thế Tôn hỏi Duy-ma-cật: "Như ông muốn thấy Như Lai thì quán Như Lai bằng cách nào?"

Duy-ma-cật thưa: "Như tự quán cái tướng thật của thân, quán Phật cũng như vậy. Con quán Như Lai như thế này: Lúc trước, ngài chẳng lại; lúc sau, ngài chẳng đi; hiện nay, ngài chẳng trụ. Chẳng quán hình sắc, chẳng quán tánh như của hình sắc, chẳng quán tánh của hình sắc. Chẳng quán tánh của thọ, tưởng, hành, thức, cho đến chẳng quán tánh như của thức. Chẳng phải do Bốn đại khởi lên. Bốn đại ấy đồng với hư không. Sáu nhập không chứa giữ gì cả. Mắt, tai, mũi, lưỡi, thân, tâm đã vượt qua, chẳng ở tại Ba cõi. Ba cấu nhiễm[2] đã lìa, thuận theo Ba môn giải thoát,[3] đầy đủ Ba minh. Ba minh ấy

---

[1] Phật A-súc (Sanskrit: **Akṣobhya Buddha**), tức là Phật Bất Động, cũng dịch là Phật Vô Động, được xem là cõi tịnh độ phương Đông, cũng như cõi Phật A-di-đà là tịnh độ phương Tây.

[2] Ba cấu (Tam cấu nhiễm): Ba thứ nhiễm ô tâm ý, cũng gọi là Ba độc: tham, sân, si.

[3] Ba môn giải thoát (Tam thoát môn): Tức Tam giải thoát môn (三解脫門 Sanskrit: vimokṣa; Pāli: vimokkha), là ba pháp môn đưa đến sự giải thoát, tự tại. Đó là Không (空, Sanskrit: **śūnyatā**), Vô tướng (無相; Sanskrit: ānimitta), và Vô nguyện (無願; Sanskrit: apraṇihit).

đồng với vô minh. Chẳng phải một tướng duy nhất, chẳng phải nhiều tướng khác nhau. Chẳng phải tướng mình, chẳng phải tướng kẻ khác. Chẳng phải không có tướng, chẳng phải giữ lấy tướng. Chẳng ở bên này, chẳng ở bên kia, chẳng ở giữa dòng, nhưng giáo hóa chúng sinh. Quán lẽ tịch diệt, cũng chẳng tịch diệt mãi mãi. Chẳng phải thế này, chẳng phải thế kia. Chẳng dùng cái này, chẳng dùng cái kia. Không thể dùng trí mà hiểu, không thể dùng thức mà biết. Không tối, không sáng. Không danh, không tướng. Không mạnh, không yếu. Không sạch, không dơ. Chẳng ở tại phương vị, chẳng lìa khỏi phương vị. Chẳng phải hữu vi, chẳng phải vô vi. Không chỉ, không nói. Không bố thí, không keo lận. Không trì giới, không phạm giới. Không nhẫn nhịn, không giận hờn. Không tinh tấn, không giải đãi. Không định, không loạn. Không trí tuệ, không ngu si. Không thành thật, không dối trá. Chẳng lại, chẳng đi. Chẳng ra, chẳng vào. Tất cả ngôn ngữ đàm luận đều dứt. Chẳng phải ruộng phước, chẳng phải chẳng là ruộng phước. Chẳng phải đáng nhận cúng dường, chẳng phải không đáng nhận cúng dường. Chẳng giữ, chẳng bỏ. Chẳng phải có tướng, chẳng phải không tướng. Đồng với sự chân thật, ngang với tánh các pháp. Không thể cân, không thể lường, vượt quá sự cân lường. Chẳng phải lớn, chẳng phải nhỏ. Chẳng phải thấy, chẳng phải nghe. Chẳng phải hiểu, chẳng phải biết. Lìa các việc trói buộc. Các trí đều bình đẳng, đồng với chúng sinh. Không phân biệt các pháp, tất cả đều không mất. Không uế trược, không phiền não. Không tạo tác, không sinh khởi. Không sinh, không diệt. Không sợ, không lo. Không vui thích, không chán ngán. Không có việc đã qua, không có việc sẽ tới, không có việc hiện nay. Không thể dùng lời nói mà phân biệt, chỉ rõ.

"Bạch Thế Tôn! Thân Như Lai là như thế. Theo đúng như vậy, dùng phép quán như vậy, gọi là chánh quán. Nếu theo phép quán khác, gọi là tà quán."

Lúc ấy, Xá-lợi-phất hỏi Duy-ma-cật: "Ông trước thác ở chốn nào mà sinh lại đây?"

Duy-ma-cật hỏi: "Trong chỗ đắc pháp của ông, có việc thác và sinh chăng?"

Xá-lợi-phất nói: "Không có thác và sinh."

Duy-ma-cật nói: "Nếu trong các pháp không có tướng thác và sinh, sao ông lại hỏi tôi: 'Thác ở chốn nào mà sinh lại đây?' Ý ông thế nào? Ví như một vị ảo sư hóa ra kẻ nam, người nữ. Đó có phải là thác rồi sinh lại chăng?"

Xá-lợi-phất nói: "Không có thác và sinh."

Duy-ma-cật nói: "Ông há chẳng nghe Phật dạy các pháp đều như tướng ảo hóa đó sao?"

Xá-lợi-phất nói: "Đúng như vậy."

Duy-ma-cật nói: "Nếu tất cả pháp đều như tướng ảo hóa, tại sao ông lại hỏi tôi rằng: 'Thác ở chốn nào mà sinh lại đây?'

"Xá-lợi-phất! Thác là pháp hư dối, là tướng bại hoại. Sinh là pháp hư dối, là tướng nối tiếp. Bồ Tát tuy thác nhưng chẳng hết cội lành, tuy sinh nhưng chẳng thêm việc dữ."

Lúc ấy, Phật bảo Xá-lợi-phất: "Có một nước tên là Diệu Hỷ, đức Phật ở đó hiệu là Vô Động.[1] Duy-ma-cật đây thác ở nước ấy mà sinh lại đây."

Xá-lợi-phất nói: "Chưa từng có vậy! Thế Tôn! Người này há có thể bỏ cõi thanh tịnh mà vui lòng sinh đến chốn nhiều sân hại này sao?"

Duy-ma-cật hỏi Xá-lợi-phất: "Ý ông thế nào? Khi ánh sáng mặt trời phóng ra, ánh sáng ấy có hiệp với tánh của sự tối chăng?"

Xá-lợi-phất đáp: "Không. Khi ánh sáng mặt trời phóng ra thì không còn những chỗ tối."

Duy-ma-cật lại hỏi: "Tại sao mặt trời vận hành ở cõi Diêm-phù-đề?"

Xá-lợi-phất đáp: "Là vì đem ánh sáng chiếu ra để phá trừ sự tối tăm."

Duy-ma-cật nói: "Bồ Tát cũng vậy. Tuy sinh ở cõi Phật chẳng tịnh, là vì muốn giáo hóa chúng sinh, nhưng chẳng chung hiệp với những kẻ ngu tối. Bồ Tát chỉ muốn dứt trừ cảnh tối tăm là phiền não của chúng sinh mà thôi."

Lúc ấy, đại chúng lấy làm khát ngưỡng, muốn nhìn thấy thế giới Diệu Hỷ với đức Như Lai Vô Động và chúng Bồ Tát, Thanh văn của Ngài. Biết được ý nghĩ của tất cả chúng hội, đức Phật bảo Duy-ma-

---

[1] Phật Vô Động: cũng gọi là Phật Bất động (**Sanskrit: Akṣobhya Buddha**), dịch âm là A-súc Phật.

cật rằng: "Thiện nam tử! Ông hãy vì chúng hội này, hiện ra nước Diệu Hỷ với đức Như Lai Vô Động và chúng Bồ Tát, Thanh văn của ngài. Đại chúng đây đều muốn thấy như vậy."

Lúc ấy, Duy-ma-cật nghĩ trong tâm rằng: "Không rời khỏi chỗ ngồi này, tôi sẽ đón lấy và đưa về đây cõi nước Diệu Hỷ, núi Thiết Vi, non núi, suối khe, sông rạch, biển cả, mạch nguồn, núi Tu-di với mặt trời, mặt trăng, tinh tú, cung điện của chư thiên, loài rồng, quỷ thần, cùng đại chúng Bồ Tát, Thanh văn, thành ấp, làng xóm, kẻ nam người nữ, kẻ lớn người nhỏ, cùng với đức Như Lai Vô Động và cây bồ-đề, các hoa sen mầu nhiệm có thể làm Phật sự ở khắp mười phương. Ba cây thang báu sẽ bắt từ mặt đất cõi Diêm-phù-đề lên cung trời Đao-lợi. Chư thiên sẽ theo thang ấy mà đi xuống, đều sẽ lễ kính đức Như Lai Vô Động, nghe và thọ kinh pháp. Người ở Diêm-phù-đề cũng sẽ theo thang ấy đi lên cung trời Đao-lợi, yết kiến chư thiên cung ấy. Cõi thế giới Diệu Hỷ thành tựu những công đức vô lượng như vậy.

"Cho đến miền cao nhất là từng trời A-ca-ni-trá[1] và miền thấp nhất là Thủy tế, tôi sẽ dùng bàn tay phải mà nắm lấy, cũng như người thợ lò gốm cầm cái bàn xoay. Tôi sẽ đưa thế giới kia vào thế giới này cũng như người ta mang một vòng dây hoa, rồi chỉ cho tất cả đại chúng nhìn thấy."

Nghĩ như vậy rồi, Duy-ma-cật liền nhập định,

---

[1] A-ca-ni-trá (Sanskrit: Akaniṣṭha), dịch nghĩa là Sắc cứu cánh thiên, từng trời thứ 18, cao nhất trong cõi Sắc giới.

hiện sức thần thông. Ông đưa bàn tay phải mà đón lấy thế giới Diệu Hỷ, đặt vào cõi Ta-bà này. Những vị đắc thần thông ở cõi ấy như các vị Bồ Tát, chúng Thanh văn cùng hàng trời, người, đều phát lên tiếng rằng: "Dạ, Thế Tôn! Có ai đang bắt lấy chúng con mà mang đi? Xin ngài mở lòng cứu hộ chúng con."

Đức Phật Vô Động nói: "Chẳng phải ta làm việc ấy. Đó là do sức thần thông của Duy-ma-cật làm ra vậy."

Ngoài ra, những vị chưa đắc thần thông thì chẳng có cảm giác, chẳng biết rằng mình đang bị đưa đi. Thế giới Diệu Hỷ, tuy sáp nhập vào cõi này, nhưng chẳng có chi tăng hoặc giảm. Ở thế giới này cũng không có sự chèn ép chật chội, mà tình trạng vẫn y nguyên như cũ, không khác gì.

Lúc ấy, đức Phật Thích-ca Mâu-ni nói với đại chúng rằng: "Các ông hãy nhìn xem Thế giới Diệu Hỷ với đức Như Lai Vô Động. Nước của ngài trang nghiêm tốt đẹp, Bồ Tát thì giữ hạnh trong sạch, chư đệ tử đều thanh bạch."

Đại chúng đều thưa: "Dạ, chúng con đã thấy như vậy."

Phật dạy: "Nếu Bồ Tát muốn được cõi Phật thanh tịnh như vậy, nên học theo đạo mà đức Như Lai Vô Động đã làm."

Trong khi nước Diệu Hỷ ấy hiện đến thì mười bốn na-do-tha[1] người ta ở thế giới Ta-bà này phát

---

[1] Na-do-tha (Sanskrit: nayuta): Con số đo lường của Ấn Độ, bằng mười triệu (10.000.000).

tâm A-nậu-đa-la Tam-miệu Tam-bồ-đề, thảy đều nguyện sinh nơi cõi Phật Diệu Hỷ.

Đức Phật Thích-ca Mâu-ni liền thọ ký cho rằng: "Mọi người sẽ được sinh về nước ấy."

Lúc ấy, thế giới Diệu Hỷ ứng hiện sự nhiêu ích ở cõi nước này xong, bèn trở về vị trí cũ của mình. Đại chúng đều nhìn thấy như vậy.

Phật bảo Xá-lợi-phất: "Ông có nhìn thấy thế giới Diệu Hỷ với đức Phật Vô Động chăng?"

Xá-lợi-phất bạch rằng: "Dạ, đã thấy. Thế Tôn! Con nguyện cho tất cả chúng sinh đều được cõi thanh tịnh như Phật Vô Động! Nguyện cho tất cả đều được sức thần thông như Duy-ma-cật.

"Thế Tôn! Chúng con lấy làm thích thú có được sự lợi ích tốt lành là gặp vị thượng nhân đây,[1] được thân cận và cúng dường. Những chúng sinh nào, hoặc ở đời hiện tại này, hoặc sau khi Phật diệt độ, mà nghe được kinh này, cũng sẽ được sự ích lợi tốt lành như vậy. Huống chi đã nghe rồi, mà còn tin hiểu, thọ trì, đọc tụng, như pháp mà tu hành? Nếu ai được kinh điển này vào tay mình, tức là được kho tàng Pháp bảo. Nếu ai đọc tụng kinh này, giải thích nghĩa lý trong kinh, theo như giảng thuyết trong kinh mà tu hành, ắt người ấy sẽ được chư Phật hộ niệm.[2] Những ai cúng dường cho người ấy, nên biết rằng đó là đang cúng dường chư Phật vậy. Những ai sao chép và gìn

---

[1] Vị thượng nhân đây: Tức là chỉ Duy-ma-cật.
[2] Hộ niệm: Bảo hộ, bảo vệ, che chở.

giữ quyển kinh này, nên biết rằng nơi người ấy cư ngụ tất có đức Như Lai. Nếu ai nghe kinh này mà tỏ ý vui, ắt người ấy hướng về địa vị của bậc có trí hiểu biết tất cả. Nếu ai tin và hiểu kinh này, cho đến chỉ cần một bài kệ bốn câu và diễn giải với kẻ khác, nên biết rằng người ấy chắc chắn sẽ được thọ ký quả A-nậu-đa-la Tam-miệu Tam-bồ-đề."

PHẨM THỨ MƯỜI BA
CÚNG DƯỜNG PHÁP

Lúc ấy, ở trong đại chúng, Thích-đề-hoàn-nhân[1] bạch Phật rằng: "Thế Tôn! Tuy con đã theo Phật và ngài Văn-thù Sư-lợi mà được nghe trăm ngàn kinh điển, nhưng chưa từng nghe kinh điển Bất khả tư nghị tự tại thần thông quyết định thật tướng này. Như chỗ con hiểu nghĩa lý mà Phật đã thuyết, nếu có những chúng sinh nào nghe được kinh này và tin hiểu, thọ trì, đọc tụng thì chắc chắn sẽ được pháp này. Huống chi có thể theo như giảng thuyết trong kinh mà tu hành? Những người ấy ắt sẽ đóng cửa các nẻo ác, mở cửa đường lành. Thường được chư Phật hộ niệm, họ sẽ hàng phục bọn ngoại đạo, dẹp phá đám oán tặc ma, tu chánh quả Bồ-đề, ở yên nơi đạo tràng, bước theo dấu chân mà Như Lai đã đi qua.

"Thế Tôn! Nếu có những người nào thọ trì, đọc tụng, theo như thuyết mà tu hành, con và những quyến thuộc của con sẽ cúng dường, chu cấp, phụng sự những người ấy. Bất kỳ ở nơi nào, xóm làng, thành ấp, núi rừng hoặc đồng ruộng mà có pháp hội giảng

---

[1] Thích-đề-hoàn-nhân (釋提桓因), dịch nghĩa là Năng thiên chủ: Trong kinh thường gọi là Đế-thích (帝釋, Sanskrit: Indra) hay Thiên đế. Đây là vị vua ở cõi trời Đao-ly, gồm 33 cảnh trời (Tam thập tam thiên 三十三天; Sanskrit: trāyas-triṃśa).

kinh này, con và những quyến thuộc của con sẽ cùng nhau đến đó nghe và thọ pháp. Những người nào chưa tin, con sẽ làm họ sinh lòng tin. Những người nào đã tin, con sẽ theo giúp họ."

Phật dạy: "Lành thay, lành thay! Thiên đế, ông đã nói như vậy, ta hoan hỷ tán trợ.

"Kinh này giảng rộng quả A-nậu-đa-la Tam-miệu Tam-bồ-đề của chư Phật đã qua, hiện tại và tương lai.

"Thiên đế! Vì vậy nên những thiện nam tử, thiện nữ nhân nào thọ trì, đọc tụng, cúng dường kinh này, tức là cúng dường chư Phật đã qua, hiện tại và tương lai.

"Thiên đế! Tỷ như trong thế giới tam thiên đại thiên này có đầy chư Phật Như Lai, nhiều đến như mía, tre, lau, lúa, mè, cây rừng... Nếu có những thiện nam tử, thiện nữ nhân trải qua một kiếp hoặc một kiếp giảm[1] mà cung kính, tôn trọng, tán thán, cúng dường, phụng sự mọi bề đối với tất cả chư Phật ấy; cho đến sau khi chư Phật ấy tịch diệt, lại xây

---

[1] Một kiếp hoặc một kiếp giảm (Nhất kiếp hoặc giảm nhất kiếp) Một kỳ tăng kiếp và một kỳ giảm kiếp. Lấy tuổi thọ của con người từ 10 tuổi mà bắt đầu tính, cứ qua một trăm năm thì tuổi thọ tăng thêm một tuổi, cho đên lúc tuổi thọ con người được 84.000 năm thì hết một kỳ kiếp tăng. Rồi từ đó tính tới, cứ qua một trăm năm thì tuổi thọ con người lại giảm đi một tuổi, cho đến lúc tuổi thọ con người chỉ còn 10 tuổi thì hết một kiếp giảm. Một kỳ tăng kiếp và một kỳ giảm kiếp như vậy, cộng thành 16.800.000 năm, tức là một tiểu kiếp.

tháp bảy báu mà an trí toàn thân xá-lợi¹ của mỗi đức Phật, mỗi cảnh tháp bề ngang và bề dọc bằng một cõi tứ thiên hạ, bề cao lên tới cõi Phạm thiên, phía ngoài và trên mặt đất trang nghiêm bởi các thứ hoa hương, chuỗi ngọc, cờ phướn, kỹ nhạc, vi diệu bậc nhất, cúng dường như vậy trọn một kiếp hoặc một kiếp giảm.

"Thiên đế! Ý ông thế nào? Phước đức mà những người ấy gieo trồng có phải là nhiều chăng?

Thích-đề-hoàn-nhân đáp: "Bạch Thế Tôn! Rất nhiều. Những phước đức ấy, dù trong trăm ngàn muôn kiếp cũng không thể kể cho hết được."

Phật bảo Thiên đế: "Nên biết rằng, nếu những thiện nam tử, thiện nữ nhân ấy nghe được kinh điển Bất khả tư nghị giải thoát này và tin tưởng, thọ trì, tụng đọc, tu hành, thì phước đức còn nhiều hơn cả phước đức kia. Tại sao vậy? Bồ-đề của chư Phật đều do đó mà sinh ra. Tướng của Bồ-đề là không thể hạn lượng. Bởi nhân duyên ấy, phước đức không thể hạn lượng."

Phật lại bảo Thiên đế: "Vào thuở quá khứ, cách nay vô lượng a-tăng-kỳ kiếp, có một đức Phật ra

---

¹ Xá-lợi (Sanskrit: śarīra) là phần di thể của các vị Phật, các vị Thánh để lại sau khi tịch diệt, phân làm 2 loại là:
  1. Toàn thân xá-lợi: trọn phần thân thể còn được giữ mãi, thờ kính trong một tháp,
  2. Toái thân xá-lợi: thân thể sau khi tịch diệt được thiêu thành tro, trong đó còn lại những viên nhỏ sáng đẹp gọi là ngọc xá-lợi, được chia ra thờ kính ở nhiều nơi.

đời hiệu là Dược Vương Như Lai, Ứng cúng, Chánh biến tri, Minh hạnh túc, Thiện thệ, Thế gian giải, Vô thượng sĩ điều ngự trượng phu, Thiên nhân sư, Phật, Thế Tôn. Cõi thế giới của Phật ấy tên là Đại Trang Nghiêm. Kiếp đó tên là Trang Nghiêm. Phật ấy thọ hai mươi tiểu kiếp, Thanh văn tăng của ngài là ba mươi sáu ức na-do-tha vị, Bồ Tát tăng của ngài là mười hai ức vị.

"Thiên đế! Thuở ấy, có một vị Chuyển luân Thánh vương tên là Bảo Cái. Vua có đầy đủ bảy thứ báu,[1] làm chúa bốn cõi thiên hạ. Vua có một ngàn người con trai, đoan chánh dũng kiện, đủ sức hàng phục những kẻ oán địch.

"Thuở ấy, vua Bảo Cái với quyến thuộc của mình cùng cúng dường đức Như Lai Dược Vương, phụng thí mọi bề yên ổn cho đến trọn năm kiếp. Quá năm kiếp ấy rồi, vua bảo một ngàn người con trai rằng: 'Các con cũng nên làm như cha, đem lòng tin sâu vững mà cúng dường Phật.'

---

[1] Bảy thứ báu (Thất bảo): Bảy điều quý báu của một vị Chuyển luân Thánh vương:
  1. Luân bảo: xe quý có thể bay đi trên hư không để hàng phục thiên hạ.
  2. Tượng bảo: Voi quý báu, lớn đẹp, chẳng ai có.
  3. Mã bảo: Ngựa quý báu nhất, chẳng ngựa nào bằng.
  4. Ma-ni châu: Hạt châu như ý.
  5. Nữ bảo: Người phu nhân đoan chánh và đức hạnh nhất.
  6. Chủ tạng thần: Quan đại thần có tài cai quản kho tàng, tài chánh.
  7. Chủ binh thần: Quan đại thần có tài cầm binh khiển tướng.

"Một ngàn người con trai vâng lời vua cha, tiếp tục cúng dường đức Như Lai Dược Vương trọn năm kiếp nữa, các vị này đều phụng thí mọi bề an ổn.

"Khi ấy, trong các vương tử có một vị tên là Nguyệt Cái, ngồi riêng một mình mà suy nghĩ rằng: 'Liệu có cách cúng dường nào vượt trội hơn cách cúng dường hiện nay chăng?'

"Do thần lực của Phật, nơi không trung liền có tiếng một vị thiên tử phát ra rằng: 'Thiện nam tử! Có cách cúng dường pháp vượt trội hơn các cách cúng dường.'

"Vương tử liền hỏi: 'Thế nào là cúng dường pháp?'

"Vị thiên tử đáp: 'Ông nên đến hỏi đức Như Lai Dược Vương. Ngài sẽ giảng rộng với ông việc cúng dường pháp.'

"Tức thời, vương tử Nguyệt Cái đến chỗ ngự của đức Như Lai Dược Vương, đảnh lễ sát chân Phật, rồi lui lại đứng sang một bên, bạch Phật rằng: 'Thế Tôn! Trong các cách cúng dường, cúng dường pháp là vượt trội hơn hết. Thế nào là cúng dường pháp?'

"Phật dạy: 'Thiện nam tử! Kinh điển sâu xa do chư Phật thuyết, tất cả thế gian khó tin, khó nhận, vi diệu khó thấy, thanh tịnh không nhiễm, chẳng phải chỉ do sự suy xét phân biệt mà được; đó là phần chứa giữ trong pháp tạng của Bồ Tát; đó là dấu in của ấn đà-la-ni, đưa tới địa vị chẳng còn thối chuyển, thành tựu sáu pháp ba-la-mật; khéo phân biệt nghĩa, thuận theo pháp Bồ-đề; vượt trội hơn hết trong các kinh; vào đại từ bi, lìa các việc của ma và các tà kiến; thuận theo pháp nhân duyên; không có ta, không có người khác, không có chúng sinh, không có thọ mạng; không, vô tướng, vô tác, vô khởi, có thể khiến chúng sinh ngồi nơi đạo tràng mà chuyển bánh xe pháp; đó là chỗ chư thiên, loài rồng, thần, càn-thát-bà... đều khen ngợi; có thể khiến chúng sinh vào được pháp tạng của Phật; thâu nhiếp tất cả trí tuệ của các vị hiền thánh; giảng thuyết chỗ hành đạo của các vị Bồ Tát; nương theo nghĩa tướng chân thật của các pháp; giảng rõ những pháp: vô thường, khổ, không, vô ngã, tịch diệt, có thể cứu vớt tất cả những chúng sinh đã hủy phạm giới cấm; khiến cho chúng ma, ngoại đạo cùng những kẻ tham trước phải sợ sệt; đó là chỗ mà chư Phật, hiền thánh đều xưng tụng; trái nghịch với khổ não sinh tử, chỉ rõ sự vui thích của Niết-bàn; đó là chỗ thuyết dạy của chư Phật mười phương trong ba đời.[1]

"Nếu nghe được những kinh điển như vậy mà tin hiểu, thọ trì, đọc tụng, dùng sức phương tiện vì chúng sinh phân biệt giảng thuyết, chỉ bày rành rẽ, bảo vệ gìn giữ giáo pháp, đó gọi là cúng dường pháp.

"Lại nữa, đối với các pháp, cứ theo như thuyết mà tu hành. Tùy thuận mười hai nhân duyên, lìa các tà kiến, đắc pháp nhẫn vô sinh, quyết định không có ta, không có chúng sinh, nhưng đối với nhân duyên và quả báo không trái nghịch, không tranh cãi. Lìa những sở hữu của mình. Y theo nghĩa lý, chẳng y

---

[1] Ba đời (Tam thế): Tức là đời quá khứ, đời hiện tại và đời vị lai.

theo lời nói. Y theo trí, chẳng y theo thức. Y theo kinh được hiểu rõ nghĩa, chẳng y theo kinh không rõ nghĩa. Y theo pháp, chẳng y theo người. Tùy thuận theo pháp, không có chỗ nào mà vào, không có chỗ nào mà về. Vì lẽ diệt hết vô minh cho nên cũng diệt hết các hành..., cho đến vì lẽ diệt hết sinh, cho nên cũng diệt hết già và chết.[1] Theo phép như vậy rồi, mười hai nhân duyên không có tướng dứt mất, lại cũng không có tướng sinh khởi. Đó gọi là cúng dường pháp cao trổi nhất."

Phật Thích-ca lại bảo Thiên đế: "Vương tử Nguyệt Cái theo Phật Dược Vương nghe pháp như vậy, được đức nhẫn nhu thuận. Người liền cởi áo quý đang đắp trên người mà cúng dường Phật Dược Vương và bạch Phật rằng: 'Thế Tôn! Sau khi Như Lai nhập diệt, con sẽ thi hành việc cúng dường Pháp, bảo vệ Chánh pháp. Xin Phật dùng oai thần, thương giúp con kiến lập. Xin khiến cho con hàng phục được bọn ma oán, tu hạnh Bồ Tát.'

"Phật biết rõ nơi thâm tâm của vương tử, bèn thọ ký cho rằng: 'Về thuở sau cùng, ông sẽ làm người bảo vệ thành trì Chánh pháp.'

"Thiên đế! Thuở ấy, vị Vương tử Nguyệt Cái thấy pháp thanh tịnh, nghe Phật thọ ký, bèn phát tâm xuất gia. Người tu tập thiện pháp tinh tấn, chẳng bao lâu được năm thần thông, đầy đủ đạo Bồ Tát, được phép tổng trì và biện tài chẳng gián đoạn. Sau

---

[1] Nghĩa là dứt hết 12 nhân duyên, từ vô minh cho đến già chết.

khi Phật Dược Vương vào Niết-bàn, người dùng sức thần thông tổng trì và biện tài, trọn mười tiểu kiếp đem chỗ Chuyển pháp luân của Như Lai Dược Vương mà tùy nghi phân bố cho đời. Tỳ-kheo Nguyệt Cái, vì bảo vệ Chánh pháp, nên siêng năng tu hành tinh tấn. Liền đó, từ nơi một thân tỳ-kheo ấy hóa ra trăm ngàn muôn người. Ngài đứng trên địa vị không còn thối chuyển đối với quả A-nậu-đa-la Tam-miệu Tam-bồ-đề. Ngài đã giúp cho mười bốn na-do-tha người phát tâm sâu vững quyết thành Thanh văn La-hán hoặc Bích chi Phật, vô lượng chúng sinh được sinh lên cõi trời.

"Thiên đế! Vua Bảo Cái thuở ấy, nào phải là ai khác, hiện nay thành Phật hiệu là Bảo Diệm Như Lai. Một ngàn người con trai của vua, tức là một ngàn đức Phật liên tiếp trong hiền kiếp này: Đức Phật thứ nhất là Ca-la-cưu Tôn-đà, đức Phật sau rốt hiệu là Lâu-chí. Vị tỳ-kheo Nguyệt Cái, tức là ta đây.

"Thiên đế! Như vậy, nên biết lẽ cốt yếu này: Đối với các việc cúng dường, cúng dường pháp là cao hơn hết, trổi hơn hết, bậc nhất không gì so sánh được.

"Thiên đế! Vì thế nên hãy dùng sự cúng dường pháp mà cúng dường chư Phật."

PHẨM THỨ MƯỜI BỐN
CHÚC LỤY

Lúc ấy, đức Phật bảo Bồ Tát Di-lặc rằng: "Di-lặc! Nay ta đem pháp A-nậu-đa-la Tam-miệu Tam-bồ-đề đã kết tập trong vô lượng ức a-tăng-kỳ kiếp mà phó chúc cho ông. Sau khi Phật diệt độ, vào đời mạt pháp, các ông nên dùng thần lực mà giảng thuyết, lưu hành rộng rãi những kinh như thế này ở cõi Diêm-phù-đề, đừng để cho dứt tuyệt. Vì sao vậy? Trong tương lai sẽ có những thiện nam tử, thiện nữ nhân cùng chư thiên, loài rồng, quỷ thần, càn-thát-bà, la-sát phát tâm A-nậu-đa-la Tam-miệu Tam-bồ-đề, sẽ ưa thích giáo pháp Đại thừa. Nếu như họ chẳng nghe được những kinh như thế này, ắt sẽ mất đi điều lợi ích tốt đẹp. Như những người ấy mà nghe được những kinh như thế này, ắt họ sẽ thêm lòng tin vui, phát tâm cho là ít có, sẽ kính vâng nhận lãnh, rồi sẽ tùy chỗ thích hợp lợi ích cho chúng sinh mà giảng thuyết rộng rãi để cứu độ.

"Di-lặc nên biết: Chỉ xét vẻ ngoài thì có hai tướng trạng Bồ Tát. Sao gọi là hai? Một là hạng người ưa thích văn chương cầu kỳ, hoa mỹ. Hai là hạng người chẳng sợ nghĩa lý sâu xa, có thể thâm nhập vào lẽ như nhiên chân thật.

"Như những ai ưa thích văn chương cầu kỳ, hoa mỹ, nên biết đó là hạng tu học theo lối mới. Như những ai không nhiễm, không trước, không khiếp sợ những kinh điển thâm sâu, lại còn thể thâm nhập vào trong đó, được nghe rồi lòng dạ trở nên trong sạch, có thể thọ trì đọc tụng, theo như thuyết mà tu hành, nên biết rằng đó là hạng người đã tu lâu đạo hạnh.

"Di-lặc! Lại có hai điều thuộc về hạng người tu học theo lối mới, chẳng có lòng quyết định đối với pháp thâm sâu. Hai điều đó là gì? Một là họ chưa được nghe kinh điển sâu xa, khi nghe thời họ sợ sệt sinh nghi, không thể tùy thuận, lại chê bai chẳng tin, liền nói rằng: 'Chúng tôi trước đây chưa hề nghe kinh điển như thế. Kinh ấy từ đâu mà có?' Hai là nếu có những người hộ trì giảng thuyết kinh sâu xa như thế này, họ lại chẳng chịu thân cận, cúng dường cung kính; hoặc trong khi đó còn nói xấu người ấy nữa. Những ai có hai điều ấy, nên biết họ là hạng người tu học theo lối mới. Họ tự làm hại chính mình; đối với pháp sâu xa, họ chẳng thể điều phục tâm ý.

"Di-lặc! Lại có hai điều làm cho Bồ Tát tuy tin hiểu pháp sâu, nhưng vẫn tự làm hại mình nên không thể đạt được Vô sinh pháp nhẫn. Hai điều ấy là gì? Một là khinh chê hàng Bồ Tát theo lối mới mà chẳng chịu chỉ dạy. Hai là tuy tin hiểu pháp sâu nhưng còn chấp tướng và phân biệt."

Bồ Tát Di-lặc nghe thuyết như vậy rồi, liền bạch Phật rằng: "Thế Tôn! Thật chưa từng có vậy. Theo như Phật thuyết, con sẽ lìa xa những việc xấu kia, phụng trì pháp A-nậu-đa-la Tam-miệu Tam-bồ-đề mà Như Lai đã kết tập trong vô lượng ức a-tăng-kỳ kiếp. Trong đời vị lai, nếu có những thiện nam tử, thiện nữ nhân cầu Đại thừa, con sẽ khiến cho họ tự tay nhận được kinh điển này, con sẽ giúp cho họ được thêm trí nhớ, khiến họ thọ trì, đọc tụng và giảng thuyết rộng với những kẻ khác.

"Thế Tôn! Về thuở sau cùng, nếu những ai có thể thọ trì, đọc tụng và giảng thuyết rộng với kẻ khác, nên biết rằng những người đó là do sức thần của Di-lặc kiến lập."

Phật nói: "Lành thay, lành thay! Di-lặc, như ông vừa nói như vậy, ta hoan hỷ tán trợ."

Lúc ấy, tất cả chư Bồ Tát đồng chắp tay bạch Phật: "Sau khi Như Lai tịch diệt, chúng con cũng sẽ lưu hành thuyết rộng pháp A-nậu-đa-la Tam-miệu Tam-bồ-đề ở các quốc độ mười phương. Chúng con sẽ mở mang chỉ dẫn cho những vị thuyết pháp, khiến cho thấu đạt nghĩa lý kinh này."

Bấy giờ, bốn vị thiên vương bạch Phật rằng: "Thế Tôn! Bất kỳ ở đâu, thành ấp, xóm làng, rừng núi, đồng ruộng mà có người đọc tụng giảng thuyết kinh này, chúng con sẽ đưa các quan thuộc đến đó nghe pháp và ủng hộ người ấy. Chúng con sẽ khiến cho trong khoảng vuông vức một trăm do-tuần không ai có thể rình rập mà làm hại người ấy."

Lúc ấy, Phật bảo A-nan: "Hãy thọ trì kinh này và lưu hành giảng thuyết rộng rãi."

CHÚC LỤY

A-nan bạch rằng: "Dạ, con đã thọ trì những chỗ cốt yếu. Bạch Thế Tôn! Nên đặt tên kinh này là gì?"

Phật dạy: "A-nan! Kinh này gọi tên là Duy-ma-cật sở thuyết, cũng tên là Bất khả tư nghị giải thoát pháp môn. Hãy y như vậy mà thọ trì."

Phật thuyết kinh này xong, trưởng giả Duy-ma-cật, Bồ Tát Văn-thù Sư-lợi, Xá-lợi-phất, A-nan cùng chư thiên, người ta, a-tu-la, tất cả đại chúng nghe thuyết kinh rồi đều rất hoan hỷ, tin nhận và kính cẩn làm theo.

Kinh Duy-ma-cật

MỤC LỤC

QUYỂN THƯỢNG

Phẩm thứ nhất: Cõi Phật 5
Phẩm thứ hai: Phương tiện 27
Phẩm thứ ba: Đệ tử 35
Phẩm thứ tư: Bồ Tát 55

QUYỂN TRUNG

Phẩm thứ năm: Văn-thù thăm bệnh 71
Phẩm thứ sáu: Không thể nghĩ bàn 85
Phẩm thứ bảy: Quán chúng sinh 94
Phẩm thứ tám: Đạo Phật............................ 107
Phẩm thứ chín: Vào pháp môn
                  chẳng phân hai 121

QUYỂN HẠ

Phẩm thứ mười: Phật Hương Tích 130
Phẩm thứ mười một: Hạnh Bồ Tát 141
Phẩm thứ mười hai: Thấy Phật A-súc 154
Phẩm thứ mười ba: Cúng dường Pháp 162
Phẩm thứ mười bốn: Chúc lụy..................... 170

Lời thưa

Trong kinh Pháp Cú, đức Phật dạy rằng: "Pháp thí thắng mọi thí." Thực hành Pháp thí là chia sẻ, truyền rộng lời Phật dạy đến với mọi người. Mỗi người Phật tử đều có thể tùy theo khả năng để thực hành Pháp thí bằng những cách thức như sau:

1. Cố gắng học hiểu và thực hành những lời Phật dạy. Tự mình học hiểu càng sâu rộng thì việc chia sẻ, bố thí Pháp càng có hiệu quả lớn lao hơn. Nên nhớ rằng **việc đọc sách còn quan trọng hơn cả việc mua sách.**

2. Phải trân quý kinh điển, sách vở in ấn lời Phật dạy. Khi có điều kiện thì mua, thỉnh về nhà để tự mình và người trong gia đình đều có điều kiện học hỏi làm theo. Không nên giữ làm của riêng mà phải sẵn lòng chia sẻ, truyền rộng, khuyến khích nhiều người khác cùng đọc và học theo. Không nên để kinh sách nằm yên đóng bụi trên kệ sách, vì **kinh sách không có người đọc thì không thể mang lại lợi ích.**

3. Tùy theo khả năng mà đóng góp tài vật, công sức để hỗ trợ cho những người làm công việc biên soạn, dịch thuật, in ấn, lưu hành kinh sách, **để ngày càng có thêm nhiều kinh sách quý được in ấn, lưu hành.**

Thông thường, việc chi tiêu một số tiền nhỏ không thể mang lại lợi ích lớn, nhưng nếu sử dụng vào việc giúp lưu hành kinh sách thì lợi ích sẽ lớn lao không thể suy lường. Đó là vì đã giúp cho nhiều người có thể hiểu và làm theo lời Phật dạy. Mong sao quý Phật tử khắp nơi đều lưu tâm đóng góp sức mình vào những việc như trên.

TINH YẾU THỰC HÀNH PHÁP THÍ

- Mua thỉnh kinh sách về đọc, tự mình sẽ được rất nhiều lợi ích.

- Chia sẻ, truyền rộng bằng cách cho mượn, biếu tặng kinh sách đến nhiều người thì lợi ích ấy càng tăng thêm gấp nhiều lần.

- Đóng góp công sức, tài vật để hỗ trợ công việc biên soạn, dịch thuật, giảng giải, in ấn, lưu hành kinh sách thì công đức lớn lao không thể suy lường, vì có vô số người sẽ được lợi ích từ việc lưu hành kinh sách.

www.ingramcontent.com/pod-product-compliance
Lightning Source LLC
LaVergne TN
LVHW021718060526
838200LV00050B/2727